Asian Printing Press

15101 Moran St.

Westminster, CA 92683

Tel: (714) 891-0898 * Fax: (714) 894-1862

Phần 1: Tiếng Việt

Tr. i – viii
1 – 128

Anh đã giặt áo mình...

(Kh 22, 14)

2023
In lần thứ hai/2nd printing

"Đường chân lý, này con đã chọn."
(Tv 119, 30)

Giuse Trần Ngọc Thanh, OP
08/10/1981 — 29/01/2022

Tiểu sử

Linh mục Giuse Trần Ngọc Thanh, OP

Linh mục Giuse Trần Ngọc Thanh, OP, sinh ngày 10 tháng 8 năm 1981 tại số nhà 332/100 đường Nguyễn Thái Sơn, phường 5, quận Gò Vấp, Sài Gòn. Là con thứ bảy trong mười người con của ông cố Trần Văn Khuê và bà Anna Phạm Thị Khiêm.

- Rửa Tội tại Giáo xứ Bến Hải phường 5, quận Gò Vấp, ngày 07/09/1981.

- Rước lễ lần đầu đúng vào ngày lễ Giáng Sinh 25/12/1991, tại Giáo xứ Nữ Vương Hòa Bình, hạt Xóm Mới, quận Gò Vấp, TP. HCM.

- Lãnh nhận Bí tích Thêm Sức ngày 15/01/1995 tại Giáo xứ Nữ Vương Hòa Bình.

- Học cấp I tại Trường Trung học cơ sở Lý Tự Trọng, phường 16, quận Gò Vấp, cấp II tại Trường Trung học cơ sở Tây Sơn, phường 13, quận Gò Vấp, cấp III tại Trường Phổ thông cơ sở Nguyễn Công Trứ, quận Gò Vấp và tốt nghiệp Phổ thông năm 1999.

- Tham gia Nghĩa vụ quân sự trong 2 năm từ năm 2000 đến 2002.

- Học đại học từ năm 2002-2006 và đậu bằng Cử nhân Công nghệ Thông tin

- Gia nhập Thỉnh viện Dòng Đa Minh tại Tam Hà, quận Thủ Đức, 07/2007-07/2009.

- Được tuyển lên Tập viện Đa Minh và mặc áo dòng tại Tu viện Martinô Hố Nai, tỉnh Đồng Nai, ngày 16/08/2009.

- Tuyên khấn Lần đầu tại Tu viện Thánh Martino ngày 13 tháng 8 năm 2010, và học triết học tại Học viện Đa Minh, Gò Vấp, Sài Gòn.

- Giúp thực tập mục vụ tại Giáo xứ Kon Rơbang, Giáo phận Kon Tum từ 01/06/2012 - 31/05/2013.

- Mẹ qua đời ngày 02/06/2014 tại Giáo xứ Nữ Vương Hòa Bình.

- Khấn Trọng thể trong Dòng Đa Minh tại Tu viện Mân Côi, Gò Vấp, ngày 15 tháng 8 năm 2014.

- Lãnh chức vụ phó tế ngày 13 tháng 12 năm 2016 tại Tu viện Mân Côi Gò Vấp, Sài Gòn.

- Tiếp tục giúp mục vụ tại Giáo xứ Kon Rơbang, Giáo phận Kon Tum trong năm 2017-2018.

- Lãnh chức linh mục tại Tu viện Albertô Ba Chuông, Sài Gòn, ngày 04 tháng 08 năm 2018, với 9 Anh Em Đa Minh khác cùng lớp, do Đức Cha Phaolô Nguyễn Thái Hợp, OP.

- Đảm nhận chức vụ Linh mục phụ tá Giáo xứ Kon Rơbang, Giáo phận Kon Tum từ tháng 08 - 12/2018.

- Cuối năm 2018, cha được bổ nhiệm vào Cộng đoàn Đa Minh, Đăk Mốt, coi sóc các em nội trú người sắc tộc, và làm cha phụ tá Giáo xứ Đăk Mốt, phụ trách Giáo họ Đăk Xú và Pờ Y với hơn 2.000 giáo dân. Ngoài việc mục vụ, cha đã làm rất nhiều việc khác như giáo dục, bác ái, truyền giáo. Đặc biệt cha tiếp nối công việc của cha Châu, OP, là chuyển ngữ xong toàn bộ các Sách Phụng vụ Rôma qua tiếng sắc tộc Xê Đăng- Đăk Mốt.

- Đầu năm 2022, cha được cắt cử làm Cha xứ Giáo họ Sa Loong gồm 2 làng Giang Lố 1 và Giang Lố 2 với khoảng 2000 giáo dân và đang làm thủ tục xây dựng nhà thờ Sa Loong.

- Ngày 29/01/2022, sau khi cử hành thánh lễ tại làng Giang Lố 2 và đang khi ngồi ban Bí tích Giải Tội. Khoảng 19g30, cha bị hung thủ là một thanh niên dùng dao đi rừng, đi vào chỗ cha đang ngồi giải tội, sát hại cha bằng cách chém hai nhát lên đầu cha và một vào cổ, khiến cha bị vỡ hộp sọ và đứt mạch máu chủ. Cha đã được mang tới bệnh viện huyện Ngọc Hồi và sau đó là bệnh viện tỉnh Kon Tum nhưng các bác sĩ không thể cứu chữa được nên cha đã qua đời lúc 23g30 tại đó. Thi hài cha đã được mang về Tu xá Đa Minh, Kon Tum.

- Ngày 30/01/2022, Thánh lễ đưa chân, tại nhà nguyện Plei Don, Giáo xứ Kon Rơbang, do Đức Giám mục Giáo phận Kon Tum chủ sự. Sau thánh lễ, linh cữu của Cha được đưa về Tu viện Thánh Martinô.

- Ngày 31/01/2022, nhằm ngày 30 Tết Nhâm Dần, cha Giám tỉnh Dòng Đa Minh, Tôma Aquinô Nguyễn Trường Tam, OP, đã làm nghi thức tiễn biệt và dâng Thánh lễ an táng tại Tu viện Thánh Martinô, thành phố Biên Hòa, tỉnh Đồng Nai và chôn cất tại nghĩa trang Tỉnh dòng Đa Minh bên cạnh Tu viện.

MỤC LỤC

Lời giới thiệu

Cha Giuse Trần Ngọc Thanh, OP
Chứng nhân Tin mừng ở Tây Nguyên

Gm. Phaolô Nguyễn Thái Hợp, OP

Tôi vui mừng và hân hạnh giới thiệu tập sách *"Anh đã giặt áo mình ..."* nói về cái chết của cha Giuse Trần Ngọc Thanh, một linh mục Đa Minh trẻ, nhiệt huyết, cần mẫn, hiền lành, dễ thương... bỗng dưng bị chém chết, khi đang thi hành Bí tích Hòa Giải và trở thành "chứng nhân Tin mừng" vào ngày 29/01/2022 vừa qua tại Giáo họ Sa Loong, Giáo xứ Đăk Mốt, Giáo phận Kon Tum. Sách này đã được anh em Tỉnh dòng Đa Minh Việt Nam ấn hành nhân dịp lễ Giỗ 30 ngày của cha và nay sách đã được chuyển ngữ và ấn hành bằng hai thứ tiếng Việt và Anh.

Trong mấy tháng qua, tin tức và hình ảnh về cái chết bi thảm của "Chứng nhân Tin mừng" này đã nhanh chóng truyền đi không những khắp nước Việt Nam, mà còn trên toàn thế giới. Trên các mạng truyền thông: Facebook, YouTube, video clip, các đài phát thanh, truyền hình khắp nơi, bằng nhiều ngôn ngữ, đầy rẫy thông tin và hình ảnh về "chứng nhân Tin mừng, Giuse Trần Ngọc Thanh".

Với tư cách giám mục, năm 2018 tôi đã trao thừa tác vụ linh mục cho Giuse Trần Ngọc Thanh, nhưng sau đó không được gặp lại. Mặc dầu tôi có khá nhiều lần lên thăm Ngọc Hồi nói riêng và Kon Tum nói chung, đã dừng chân tại Sa Loong, nhưng không gặp và cũng không biết cha đang ở vùng đó.

Quả là cha Giuse Thanh đã sống âm thầm, lặng lẽ và cũng chết một cách âm thầm, hồn nhiên, bình thản khi đang cần mẫn chu toàn công tác mục vụ thường ngày. Tuy nhiên, chính "chứng nhân Tin mừng" âm thầm và khiêm hạ đó hiện nay đang được nhiều người yêu mến và cảm phục.

Sau khi cha Thanh mất đi và được an táng tại nghĩa trang của Dòng Đa Minh tại Hố Nai, tôi đã đến viếng ngôi mộ cha. Thật lạ lùng khi thấy trên mộ cha có nhiều hoa, nến và nhiều người đến thăm viếng. Họ cầu nguyện bên mộ Ngài. Tôi đã thấy lác đác mấy tấm bia tạ ơn cha Thanh về những lời khẩn cầu nào đó đã được Chúa chấp nhận qua lời chuyển cầu của cha. Đến nay sau 5 tháng Ngài nằm xuống, số bia tạ ơn đã lên đến hơn 50 tấm.

Vậy tôi vui mừng và hân hạnh được giới thiệu tập sách này cùng quý độc giả nhất là các bạn trẻ để quý vị hiểu biết thêm về cuộc đời truyền giáo của cha Thanh, việc tông đồ truyền giáo của Tỉnh dòng Đa Minh Việt Nam tại Kon Tum với người sắc tộc, và việc truyền giáo nói chung của địa phận Kon Tum, Việt Nam. Hy vọng đây là một tài liệu tinh thần quý giá được lưu lại để các thế hệ sau này có thể học hỏi và nắm bắt cách khách quan cái chết do sự dấn thân cho việc truyền giáo của cha Thanh. Nhất là niềm thương tiếc, cảm phục của mọi người, mọi nơi dành cho cha Thanh, chúng tôi tin rằng sẽ có nhiều bạn trẻ nam nữ tiếp nối và đóng góp đắc lực hơn vào công việc truyền giáo của Giáo hội Việt Nam và Hoàn Vũ.

Đức Giám mục Phaolô Nguyễn Thái Hợp là tu sĩ Dòng Đa Minh, nguyên Giám mục Giáo phận Vinh (2010- 2018) và Giáo phận Hà Tĩnh (2018-2021). Trước đó, Ngài là giáo sư tại nhiều đại học trong và ngoài nước và là tác giả trên 20 tác phẩm về đủ mọi thể loại.
Email: paulthaihop@gmail.com

Lời tạ

Bàng hoàng, buồn đau, nghẹn ngào, thương tiếc...

Rất nhiều cảm xúc và tâm tình được bày tỏ, được sẻ chia sau cái chết thương tâm, đau đớn của một linh mục trẻ dòng Đa Minh.

Chúng tôi chân thành biết ơn toàn thể quý tác giả đã cho phép chúng tôi được thu góp và xuất bản các bài viết trong sách này. Hy vọng đây là một tài liệu tinh thần quý giá được lưu lại cho các thế hệ sau này.

Chúng tôi rất biết ơn soeur Cecilia Nguyễn Thanh Thuý, CCSS, đã tạm dừng lại việc viết luận án tiến sĩ về Mục Vụ của soeur để dành toàn thời gian chuyển ngữ tập sách này qua tiếng Anh vì lòng yêu mến các nhà truyền giáo và sứ vụ Loan Báo Tin mừng của Giáo hội.

Chân thành cảm ơn soeur RoseMarie Redding, CSJ, và một số người đã tình nguyện đọc và chỉnh sửa bản chuyển ngữ cho hợp với thần học, văn hoá Việt cùng văn viết của người nước ngoài. Công việc của hai soeur và các tình nguyện viên quả là những đóng góp quý báu cho Dòng Đa Minh, Giáo hội Việt Nam và Hoàn Vũ.

Chúng tôi không thể kể hết nơi đây lòng biết ơn của chúng tôi đối với mọi người góp công góp của để thực hiện tập sách này vì lòng mộ mến cha Thanh, đã muốn cống hiến một việc gì đó để ghi nhớ cuộc đời và việc làm của cha Thanh được lan rộng. Đặc biệt, chúng tôi biết ơn tất cả những lời cầu nguyện, động viên và đóng góp tài chánh của quý ân nhân cùng nhà in Asian Printing để cuốn sách này được in và tới tay quý vị như một quà tặng.

Ban Biên tập   Lm. Giuse Nguyễn Cao Luật, OP
                                   Lm. Antôn M. Z. Phan Tự Cường, OP
                                   Sr. Maria Nguyễn Ngọc Hân, OP

1 Hướng về
miền đất đẫm máu

LỜI MỞ ĐẦU

Lm. Giuse Nguyễn Trọng Viễn, OP

Máu đã đổ ra, một con người đã nằm xuống.

Máu và cái chết là nỗi oan khiên lớn nhất của phận người. Nhưng máu và cái chết cũng có thể là ý nghĩa trọn vẹn nhất của một phận người.

Đức Giêsu đã chọn máu và cái chết như chọn chính nỗi oan khiên ấy để thể hiện ơn cứu độ của Thiên Chúa đối với con người. Trong Đức Giêsu và chỉ nhờ liên kết với Đức Giêsu mà con người có thể vượt qua nỗi oan khiên của máu và cái chết, để thực hiện được ý nghĩa cao cả nhất của thân phận con người.

Máu và cái chết có thể là một lời than văn, có thể là lời tố cáo, cũng có thể là lời ca tụng. Nếu máu và cái chết của cha Thanh chỉ là một lời than văn, nỗi buồn đau ấy rồi sẽ bị quên lãng theo dòng thời gian, và sẽ bị trộn lẫn với những chuyện "xe cán chó" thường ngày. Nếu máu của cái chết của cha Thanh là lời tố cáo một vụ việc để tìm lại sự công bằng, máu và cái chết ấy cùng lắm cũng chỉ đổi lại được một chút thỏa mãn của những người liên quan.

Nhưng máu và cái chết của cha Thanh thực sự là một lời tố cáo sâu rộng hơn, tố cáo sự ác đối với thân phận con người, tố cáo tính tàn ác của bạo lực, tố cáo tình trạng nhiễu nhương của một xã hội còn nhiều thiên kiến với tôn giáo, tố cáo quy luật thắng thua khắc nghiệt của thứ văn hóa cạnh tranh, tố cáo tình trạng sa sút đạo đức trong đời sống gia đình.

Máu và cái chết của cha Thanh cũng thực sự là một lời ca tụng, ca tụng tình yêu chiến thắng hận thù, ca tụng sứ mạng Loan báo Tin mừng không gì ngăn cản được, ca tụng Thánh Giá được giương cao ở nơi đáy sâu của oan khiên, ca tụng vẻ đẹp của Nước Thiên Chúa:

"Nếu anh em yêu thương kẻ yêu thương mình, thì có gì là ân với nghĩa? Ngay cả người tội lỗi cũng yêu thương kẻ yêu thương họ. Và nếu anh em làm ơn cho kẻ làm ơn cho mình, thì còn gì là ân với nghĩa? Ngay cả người tội lỗi cũng làm như thế. Nếu anh em cho vay mà hy vọng đòi lại được, thì còn gì là ân với nghĩa? Cả người tội lỗi cũng cho kẻ tội lỗi vay mượn để được trả lại sòng phẳng. Trái lại, anh em hãy yêu kẻ thù, hãy làm ơn và cho vay mà chẳng hề hy vọng được đền trả. Như vậy, phần thưởng dành cho anh em sẽ lớn lao, và anh em sẽ là con Đấng Tối Cao, vì Người vẫn nhân hậu với cả phường vô ân và quân độc ác" (Lc 6, 32-35).

Một cái chết đau thương của một linh mục trẻ còn tràn đầy lý tưởng, một tình cảnh đối nghịch giữa việc cử hành Bí tích Giao Hòa để xây dựng cuộc sống tình nghĩa và một thứ bạo lực đã cất đi một mạng sống, một tình huống éo le nơi vùng quê nghèo khổ, trong một đất nước mà khoảng cách giàu nghèo đã trở nên một chướng kỳ không thể chịu nổi, chính những đường nét đối lập như thế thúc đẩy chúng ta phải có tầm nhìn vượt qua tầm mức của một sự kiện riêng lẻ. Dĩ nhiên, người ta cũng có thể nói đến tư cách hiền lành, dễ mến, tinh thần dấn thân của cha Thanh. nhưng thật sự biến cố này không còn chỉ là một "sự kiện riêng", mà đã trở thành "vấn đề chung"; và hơn thế nữa, ta cũng có thể, qua sự kiện này, suy nghĩ về "thách đố muôn thuở của phận người", hoặc một thứ "chiến lược cứu độ" căn bản của Kitô giáo.

Có thật nhiều ý nghĩa và nhiều bài học người ta có thể rút ra từ biến cố cha Giuse Trần Ngọc Thanh bị sát hại, có ý nghĩa về Lời chứng muôn thuở của đức Tin Kitô giáo, có ý nghĩa về giá trị của sự sống tràn trẻ trong một cuộc đời dở dang, có ý nghĩa tố cáo về tình trạng xã hội trong một đất nước nhiễu nhương, có ý nghĩa về tình trạng văn hóa vô tín và bạo lực trong con người Việt Nam hôm nay, và có cả ý nghĩa cảnh giác về nếp sống an ổn của các vị tạm gọi là "thừa sai đức tin" trong đời sống Giáo hội.

Một người anh em chúng ta đã ngã xuống, cho dù do động cơ nào đi nữa, điều đó chính là lời chứng cho tính chân thật Kitô giáo :

"Nếu thế gian ghét anh em, anh em hãy biết rằng nó đã ghét Thầy trước. Giá như anh em thuộc về thế gian, thì thế gian đã yêu thích cái gì là của nó. Nhưng vì anh em không thuộc về thế gian và Thầy đã chọn, đã tách anh em khỏi thế gian, nên thế gian ghét anh em. Hãy nhớ lời Thầy đã nói với anh em: tôi tớ không lớn hơn chủ nhà. Nếu họ đã bắt bớ Thầy, họ cũng sẽ bắt bớ anh em. Nếu họ đã tuân giữ lời Thầy, họ cũng sẽ tuân giữ lời anh em. Nhưng họ sẽ làm tất cả những điều ấy chống lại anh em, vì anh em mang danh Thầy, bởi họ không biết Đấng đã sai Thầy" (Ga 15, 18-21).

Một dòng máu đã đổ ra, dòng máu đó được Con Chiên khai mở ra như bí ẩn của lòng trung thành được Thiên Chúa chứng giám: *"Khi Con Chiên mở ấn thứ năm, thì tôi thấy dưới bàn thờ, linh hồn của những người đã bị giết vì đã rao giảng Lời Thiên Chúa và đã làm chứng"* (Kh 6, 9).

Một cuộc đời đã được hoàn thành như một lễ dâng, như một hy lễ toàn thiêu dâng lên cho Thiên Chúa, hẳn điều đó phải trở nên mạch sống tràn trề phúc lộc: *"Nhưng nếu tôi phải đổ máu ra hợp làm một với hy lễ mà anh em lấy đức tin dâng lên Chúa, thì tôi vui mừng và cùng chia sẻ niềm vui với tất cả anh em. Anh em cũng vậy, anh em hãy vui lên và cùng chia sẻ niềm vui với tôi"* (Pl 2, 17).

Ta không dám nói cái chết của cha Thanh là một cuộc "tử vì đạo" theo những quy định của luật pháp, nhưng một con người đã theo đuổi lý tưởng tu trì trọn cuộc đời mình, một lựa chọn dấn thân ở nơi nghèo khổ và khó khăn trên quê hương đất nước, một cung cách tận tụy trong vai trò một linh mục... chắc chắn đã là một thứ "sống vì đạo". Rồi linh mục Thanh đã bị "tai nạn" trên hành trình "sống vì đạo" ấy, điều đó phải được gọi là gì đây?

Dẫu sao, trong nỗi đau của Tỉnh dòng và gia đình, chúng ta cũng thoáng thấy được nơi chân trời đức Tin một hình ảnh tươi sáng huy hoàng: *"Họ là những người đã đến, sau khi trải qua cơn thử thách lớn lao. Họ đã giặt sạch và tẩy trắng áo mình trong Máu Con Chiên"* (Kh 7, 14).

Cám ơn anh Giuse Trần Ngọc Thanh, cái chết của anh đã trở thành chứng tá có khả năng thổi lên sức sống của sứ mạng Loan báo Tin mừng.

*****

Lm. Giuse Nguyễn Trọng Viễn, OP

Giáo sư Triết học tại Học viện Đa Minh, Gò Vấp,
90 Nguyễn Thái Sơn, Sài Gòn.

https://catechesis.net/

BIẾN CỐ
SA LOONG

Ts. Antôn Phan Văn Giáo, OP

Sa Loong, một cái tên được nhắc đến rất nhiều trong thời gian này.

Sa Loong là tên của một xã thuộc huyện Ngọc Hồi, tỉnh Kon Tum, nằm trong khu vực gần biên giới của 3 nước Đông Dương trước đây là Việt Nam, Lào và Campuchia.

Giáo họ Sa Loong, nơi cha Giuse Trần Ngọc Thanh, OP bị sát hại, gồm 2 giáo điểm. Giáo điểm thôn Giang Lố 1 là nơi có cộng đoàn của anh em Đa Minh hiện diện. Giáo điểm thôn Giang Lố 2 cách giáo điểm thôn Giang Lố 1 khoảng 2 km.

Vào mỗi chiều thứ 4 và thứ 7, cha đến dâng thánh lễ tại giáo điểm Giang Lố 2 vào lúc 18h. Vào chiều thứ 7 ngày 29/01, tôi và cha Thanh đi chung một chiếc xe máy đến dâng lễ tại giáo điểm Giang Lố 2. Sau thánh lễ, tôi đang đánh đàn và tập hát cho ca đoàn chuẩn bị cho thánh lễ tất niên ở phía bên cánh gà nhà nguyện, còn cha Thanh thì ngồi tòa giải tội ở phía cuối nhà nguyện. Chỗ tôi ngồi đánh đàn là cánh gà nên bị khuất không nhìn thấy chỗ cha Thanh giải tội. Thỉnh thoảng tôi ngoái đầu ra để xem cha giải tội gần xong chưa để kịp về với cha. Lần cuối cùng tôi nhìn ra thì thấy còn khoảng 3 em nhỏ đứng chờ xưng tội. Bỗng tôi nghe tiếng la hét kinh hoàng chỗ cha Thanh ngồi giải tội. Tôi đứng dậy nhìn thì thấy một thanh niên tay cầm dao to, loại dao người ta thường mang đi rừng để chặt cây. Anh ta lao tới tôi và vung cao dao định chém vào đầu tôi. Theo phản xạ tự nhiên, tôi nhảy ra khỏi chỗ ngồi, vội nắm lấy chiếc ghế gỗ sát bên đàn giơ cao đỡ. Nhát chém làm gãy chiếc

Mô phỏng hiện trường

ghế. Tôi ném chiếc ghế xuống nền nhà và vùng chạy ra ngoài để thoát thân. Nhưng khi nhìn phía dưới cuối nhà nguyện, tôi thấy có nhiều em nhỏ đang vui chơi, trong đầu tôi tưởng tượng đến cảnh hung thủ sẽ thảm sát các nhiều em nhỏ này nên tôi không chạy nữa mà quay lại đối đầu với anh này vẫn còn đang rượt đuổi tôi. Trong khi tay hắn đưa dao cao muốn xông vào tôi, tôi lao nhanh vào chụp cổ hắn làm hắn mất thế. Tôi dùng tay phải vòng ra phía sau cổ hung thủ để khóa cổ lại, còn tay trái thì ghì lấy tay cầm dao của hắn. Trong tình huống cực kỳ nguy hiểm này, tôi dùng hết sức để giữ chặt hắn ta. Tôi không biết là tay trái của tôi đang nắm vào tay hung thủ hay vào cán dao hoặc lưỡi dao. Tôi nhủ rằng, nếu tay tôi đang nắm phải lưỡi dao thì tôi cũng chấp nhận bị đứt tay để giữ chặt, bởi nếu buông tay hay lơ là một chút thì tôi sẽ gặp nguy hiểm. Bị thất thế, anh thanh niên dùng miệng để cắn vào người tôi. Thấy mình đang làm chủ tình hình, tôi gạt chân và quật ngã hung thủ xuống đất, nhưng nó lại nằm trên người tôi. Tôi cố gắng cứ giữ một tay khóa cổ, một tay giữ chặt tay cầm dao của nó và dùng hai chân để kẹp người nó lại. Lúc này, có mấy thanh niên nghe tiếng la hét đã nhào vào khống chế được hung thủ và giúp tôi đứng dậy.

Tôi cởi áo dòng đang mặc và chạy đến chỗ Cha Thanh bị sát hại xem thế nào. Ngài nằm soài trên mặt đất, máu văng tung tóe ra nền, văng lên cả tượng Đức Mẹ ban ơn. Có mấy người phụ nữ dân tộc vừa khóc lóc thương cha nhưng lúng túng không biết phải làm gì. Họ mượn áo dòng của tôi vừa mới cởi ra để lau máu trên đầu trên cổ cha.

Tôi hỏi mọi người rằng đã gọi xe chưa. Họ bảo: "đã gọi rồi nhưng xe chưa tới". Lúc này tôi lấy điện thoại ra vào gọi cho ông Tiếp là ông trùm của Giáo họ Sa Loong. Một lát sau, xe của ông Tiếp chạy tới, chúng tôi đưa cha Thanh lên xe đi cấp cứu tại bệnh viện Ngọc Hồi. Sau một thời gian sơ cứu và đặt máy thở, tôi cùng với y tá lên xe cấp cứu đưa cha Thanh xuống bệnh viện Kon Tum. Thời gian ngồi trên xe di chuyển đến bệnh viện Kon Tum là quãng thời gian tôi cảm thấy rất dài. Dài không phải vì quãng đường dài mà sự lo lắng khiến tôi căng thẳng. Trên tay tôi luôn luôn là hai chai dung dịch và một chai treo lên thành xe để truyền vào cơ thể của cha Thanh vì ngài mất máu quá nhiều. Nhân viên y tế nói với tôi rằng, mạch nhịp tim ở tay không thể bắt được vì quá yếu, chỉ có thể kiểm tra mạch ở vùng háng. Bệnh nhân khó mà vượt qua được vì mất máu quá nhiều. Cách đây không lâu cũng có một bệnh nhân bị chém và mức độ bị thương chỉ bằng một nửa tình trạng của cha Thanh nhưng cũng đã tử vong trên đường đến bệnh viện.

Trở lại việc anh Kiên, hung thủ giết cha Thanh, tôi không biết rõ động cơ nào anh lại cầm dao sát hại cha Giuse Thanh và toan ám hại cả tôi nữa. Tôi về Giáo họ Sa Loong này mới 5 tuần và cha Giuse Thanh mới có 3 tuần. Cha và tôi không hề biết anh này. Nghe đâu anh cũng hay đi làm ăn ở xa. Lúc anh sát hại cha Thanh, nếu không có tôi can ngăn, chắc dân làng đã dần nát con người anh, vì anh đã giết chết cha xứ của họ.

Quả thật, sau khi thanh niên trong làng chạy đến lôi anh ra để tôi có thể đứng dậy, thì họ đã lao vào dẫm đạp, đánh đập anh thanh niên này. Tôi đã ngăn lại và bảo: "Đừng đánh nó, mình làm như vậy là sai, là vi phạm pháp luật, hãy trói nó lại." Tuy nhiên, lượng người lao vào ngày càng nhiều, tiếng la hét can ngăn của tôi không thể làm cho mọi người nghe rõ nên tôi chạy đi bật máy âm thanh và dùng micro để khuyên mọi người: "Mọi người nghe Thầy nói: đừng đánh nó, mình làm như vậy là sai, là vi phạm pháp luật. Nếu nó mà chết thì sẽ khổ và gây rắc rối cho mọi người, cho cả chúng ta. Hãy trói nó lại và giao cho công an để công an xử lý."

Cha Thanh bị sát hại vào khoảng 19h15 với 2 vết thương trên đầu và một trên cổ làm đứt mạch máu chủ. Vết thương quá nặng! Các bác sĩ đành bó tay không sao giúp cầm máu được. Ngài mất tại bệnh viện vào lúc 11g30 ngày 29/01/2022 cũng là ngày 28 Tết.

Mọi chuyện xảy đến thật nhanh và thật bất ngờ. Không ai có thể hình dung ra được chuyện này lại xảy ra tại vùng đất truyền giáo, hơn nữa lại xảy ra trong thời yên bình. Yêu thương và tha thứ đó là con đường của Kitô hữu, của những người có đức Tin. Đó cũng là con đường mà Đức Kitô đã dạy. Cha Thanh ra đi là một mất mát lớn cho Giáo hội; gây ra sự bàng hoàng và giật mình cho hầu hết những người nghe. Tuy nhiên, mỗi người Kitô hữu không nên gây hận thù mà hãy yêu thương nhau và tha thứ, vì cha Thanh bị sát hại lúc đang ngồi tòa giải tội, là nơi trao ban tình yêu và lòng thương xót của Thiên Chúa.

Ts. Antôn Phan Văn Giáo, OP, sinh viên Học viện Đa Minh, Gò Vấp. Trong năm thực tập mục vụ 2021 - 2022, thầy đã được cử đến giúp cha Giuse Thanh coi sóc Giáo họ Sa Loong, Giáo phận Kon Tum.

Vị Tử Đạo
vì Bí tích Giải Tội

Martyrs of the Sacrament of Confession

Lm. Roger Landry

Lời dẫn của người chuyển ngữ: Cái chết của cha Trần Ngọc Thanh tiếp tục được dư luận Công giáo hoàn cầu nhắc đến, nhưng chính thức gọi cái chết của ngài là tử vì đạo thì dường như ít thấy. Vì vậy, cha Roger Landry, tuyên úy toàn quốc của Catholic Voices USA, có lẽ là người đầu tiên viết "The Martyrs of the Sacrament of Confession" trên trang mạng The National Catholic Register ngày 16 tháng 2 khi nói về cha Trần Ngọc Thanh trong bài viết dưới đây (https://www.ncregister. com/blog/confession-martyrdom).

Vào ngày 30 tháng Giêng, sau khi cử hành các Thánh lễ sáng Chúa nhật, tôi giật mình bởi một tin nhắn từ một người bạn, một nữ tu kín Dòng Đa Minh, với tin tức nói rằng một trong những người anh em thiêng liêng của chị trong Dòng Thuyết giáo đã bị sát hại khi đang nghe xưng tội vào đêm hôm trước ở Việt Nam.

Linh mục Giuse Trần Ngọc Thanh, 40 tuổi, thụ phong năm 2018, vừa cử hành Thánh lễ vọng Chúa nhật lúc 18 giờ tại Giáo xứ Sa Loong, Đăk Mót, thuộc Giáo phận Kon Tum, nơi ngài vừa nhận nhiệm sở. Thánh lễ cử hành cho Chúa nhật thứ tư Mùa thường niên, trong đó Giáo hội suy nghĩ về việc những người cùng quê

Nadarét của Chúa Giêsu, sau khi nghe Người giảng, đã nhanh chóng đi từ kinh ngạc đến nghi ngờ để tìm cách giết Người. Chúng ta cũng nghe về những đau khổ của tiên tri Giêrêmia và nghe ca khúc nổi tiếng của Thánh Phaolô mô tả tình yêu kiên nhẫn, nhân hậu và trường tồn như thế nào.

Cha Giuse, sau khi giảng về những bài đọc đó, chắc sẽ công bố bằng ngôn ngữ thân xác chiều kích tiên tri của những lời lẽ đó.

Ngay sau khi kết thúc thánh lễ, cha Giuse đã đi nghe xưng tội trên chiếc ghế nhựa của tòa giải tội tạm ở cuối nhà nguyện truyền giáo. Lúc 7 giờ 15, anh Nguyễn Văn Kiên, một thanh niên không giữ đạo Công giáo, có mẹ đã tham dự Thánh lễ, lao vào cầm dao đi rừng chém vào đầu cha Giuse hai nhát. Ngài gục xuống trong máu, trẻ em và người lớn trong nhà thờ la hét lên, và một tu huynh Đa Minh và là trưởng ca đoàn, thầy Anthony Phan Văn Giáo, cũng bị Kiên chạy đến hành hung.

Khi Kiên giơ dao lên định chém vào đầu Thầy Anthony, vị ca trưởng này đã giơ ghế nhựa lên để tự vệ, nhưng chiếc ghế đâu có chống đỡ được, đã bị chém làm đôi. Kiên bắt đầu đuổi theo Thầy Anthony vào giữa nhà nguyện, nhưng khi vị tu sĩ Đa Minh trẻ tuổi thấy nhiều trẻ em có mặt và hiểu rõ khả thể các em có thể bị thảm sát, thầy đã can đảm quay về phía anh Kiên, người tìm cách chém thầy một lần nữa. Vị tu huynh nhỏ bé đã có thể quật ngã kẻ giết người, túm lấy anh ta từ phía sau và đặt anh ta vào một thế bị nghẹt thở, khi các giáo dân trong Giáo xứ lao vào.

Thầy Anthony khẩn khoản xin giáo dân đừng đánh Kiên để trả thù mà hãy kiềm chế anh và gọi cảnh sát. Thầy đến chăm sóc cho cha Giuse và được một người trong Giáo xứ đưa ngài đến bệnh viện ở Ngọc Hồi, cách đó khoảng tám dặm. Sau khi mất máu khoảng năm giờ, cha Giuse qua đời lúc 11 giờ 30 đêm hôm đó. Trước khi trút hơi thở cuối cùng, cha đã tha thứ cho kẻ giết mình. Cha được chôn cất vào ngày hôm sau. Phần mộ của cha kể từ hôm đó đã trở thành nơi hành hương của các Kitô hữu và những người khác, xếp hàng để cầu nguyện, đặt hoa và bày tỏ lòng tôn kính của họ.

Có sự hồ đồ về điều gì đã khiến Nguyễn Văn Kiên tấn công cha Giuse trong tòa giải tội. Một số người mô tả anh ta bị bệnh tâm thần, nhưng Đức Giám mục Giáo phận Kon Tum, người cử hành lễ tang cho cha đã lặp lại ý kiến của cha mẹ Kiên rằng anh ta không "mất trí theo nghĩa thông thường," mà là "lờ phờ và không thực hành đức tin." Một số người nói rằng anh ta là một kẻ lạm dụng ma túy.

Trong khi anh ta có một người em gái đang ở trong một nhà biện phân ơn gọi tu dòng, anh ta cũng có một người em trai đã phải ngồi tù ba năm vì tội ngộ sát. Cha mẹ anh nói rằng trong khi anh kiếm tiền từ việc làm trang trại và sửa chữa xe máy, anh cũng hay "nổi giận, quậy phá, lớn tiếng chửi bới mọi người, đập phá tivi, thậm chí cả bàn thờ trong nhà và đánh đập các thành viên trong gia đình." Họ nói thêm rằng anh cũng mắc chứng "hoang tưởng" về việc bị bắt nạt và về tiềm năng không thể tìm được vợ. Các tu sĩ Đa Minh Việt Nam, những người tuy nói rằng họ cũng tha thứ cho anh ta, nhưng muốn ít nhất phải có một phiên tòa xét xử để động cơ giết người được đưa ra ánh sáng.

Nhiều người đã lập tức gọi cha Giuse là một vị tử đạo của tòa giải tội. Trong khi có một số linh mục đã tử đạo vì bảo vệ ấn tín của bí tích giải tội - Thánh John Nepomuk (mất năm 1393), Thánh Mateo Correa (mất năm 1927), Chân phước Felipe Císcar Puig (mất năm 1936) và Chân phước Fernando Olmedo (mất năm 1936) - Tôi không biết có linh mục nào bị giết khi nghe xưng tội. Cho đến bây giờ.

Mặc dù, từ chiều kích con người, luôn luôn có sự phẫn nộ tự nhiên đối với việc giết hại những người vô tội, và cái chết của vị linh mục và tu sĩ truyền giáo trẻ tuổi này, người con và người anh em, phải được than khóc một cách chân thành và theo bản năng, thì từ quan điểm bí tích cũng có điều gì đó khá vinh hiển về cái chết của ngài.

Bí tích thống hối và hòa giải trọn bề nói tới cái chết và sự phục sinh. Chúa Giêsu Kitô đã bị giết hại một cách dã man - bị binh lính La Mã xé xác, dùng búa đóng đinh vào gỗ, chế nhạo và đội vương miện bằng gai - nhưng qua cái chết và sự phục sinh sau đó, Người đã xóa bỏ tội lỗi của thế giới.

Tòa giải tội là nơi sử dụng lời của Chúa Giêsu trong Dụ ngôn Người con hoang đàng, "kẻ chết… sống lại" (Luca 15:24). Đối với một linh mục được thụ phong trong con người của Chúa Kitô, được dạy lúc thụ phong phải mô phỏng cuộc sống mình theo mẫu nhiệm thập giá của Chúa, thì luận lý chết và phục sinh này được xây dựng trong việc cử hành mọi bí tích, nhưng nó đặc biệt rõ ràng trong Bí tích Giải Tội. Việc thường xuyên thực hành nó bao hàm một hình thức tử đạo.

Hình thức tử đạo thường thấy nhất là hình thức chờ đợi. Thánh John Vianney, vị thánh quan thầy của các linh mục Giáo xứ và là vị giải tội nổi tiếng và anh hùng nhất trong lịch sử Giáo hội, đã phải chờ đợi trong tòa giải tội gần một thập niên trước khi các giáo dân của ngài bắt đầu biết tận dụng hồng ân lòng Chúa thương xót. Tuy nhiên, ngài đã chờ đợi như một bằng chứng sâu sắc về tầm quan trọng của bí tích.

Sau 10 năm kiên nhẫn cầu nguyện và rao giảng, các giáo dân của ngài - và nhiều người từ khắp nước Pháp sau cuộc cách mạng thế kỷ 19 - đã đến không ngừng. Nhiều linh mục vẫn cảm nghiệm cuộc tử đạo chờ đợi này, vốn là một cái chết thực sự đối với tính thế gian thiêng liêng, khi các ngài kiên trì được dùng như những lời quảng cáo đại biểu cho tiếng kêu: "Hãy hòa giải với Thiên Chúa" (2 Cr 5:20).

Nhưng khi người ta nắm được tầm quan trọng của bí tích, có thể có một hình thức tử đạo khác, mà chúng ta có thể gọi là "tử đạo của đám đông", khi có quá nhiều người đến mà một người "mắc kẹt" hàng giờ trong đó. Điều này xảy ra ở Ars, nơi mà trong 30 năm cuối đời, Thánh John Vianney phải nghe xưng tội trong 12-18 giờ mỗi ngày. Ngài gọi tòa giải tội của mình là cây thánh giá mà trên đó ngài bị đóng đinh suốt cả ngày khi tìm cách phân phát quyền năng cứu chuộc của máu thánh Chúa Kitô, từng người một, cho những người mà Chúa Kitô đã chết cho. Ngài cũng gọi hộp gỗ của tòa giải tội là "quan tài" của mình, nơi ngài chết cho chính mình để Đấng Cứu Chuộc nhân từ có thể sống.

Có điều gì đó tương tự xảy ra khi một linh mục có gánh nặng hạnh phúc khi giải tội cho những hàng dài người. Giữa niềm vui lớn lao của thiên đàng và niềm vui thường sâu sắc của con người nơi các hối nhân được tha thứ, cũng có một hình thức tự chết có liên quan, vì linh mục cam chịu những gì cần trong nội tâm để cơ bản giữ cho mình bất động và dành hết chú ý cho mỗi người, hàng giờ. Ngài chiến đấu với sự mệt mỏi và đôi khi sự lặp đi lặp lại, dịu dàng khóc với những người khóc, và đôi khi đấu tranh với những hối nhân cần thêm sự cứng rắn yêu thương để giải thoát họ khỏi một số trường hợp tội lỗi gần kề. Trong khi nhiều người có thể đánh giá cao những ưu tiên, sự cam kết và khả năng chịu đựng của một linh mục như vậy, thì ít người hiểu được trải nghiệm của hạt lúa mì là như thế nào (Ga 12: 24).

Nhưng khía cạnh rõ ràng nhất của sự tử đạo tại tòa giải tội là ấn tín giải tội, một dấu ấn ngăn cản một linh mục tiết lộ nội dung của những gì ngài nghe được, ngay cả khi ngài bị đe dọa bỏ tù, tra tấn hoặc tử hình. Đôi khi việc tử đạo diễn ra tương đối thường xuyên, khi những chi tiết về những gì một linh mục đã nghe cứ luẩn quẩn trong tâm trí và linh hồn ngài, như các chi tiết về những tội ác bạo lực đã được xưng thú, hoặc khi ngài nhận ra quá muộn rằng lẽ ra ngài phải đưa ra những lời khuyên khác. Những lần khác, sự tử đạo rõ ràng hơn, chẳng hạn như khi một linh mục bị buộc tội nói hoặc làm điều gì đó trong tòa giải tội mà thực sự ngài không làm, nhưng không thể nói một lời để tự bào chữa. Những lần khác phi thường hơn, khi các linh mục bị sát hại vì bảo vệ ấn tín, như chúng ta thấy trong cuộc đời của các vị thánh mà tôi đã đề cập ở trên.

Vào thời điểm khi một số quốc gia và tiểu bang đang cố gắng yêu cầu các linh mục phá bỏ ấn tín bí tích trong những trường hợp đặc biệt - điều mà các linh mục không những không thể làm theo Giáo luật mà còn đơn giản là sẽ không làm - khía cạnh tử đạo này có thể sẽ được chứng kiến thường xuyên hơn trong thời gian tới, khi các linh mục được nhà nước chỉ định làm thừa tác vụ trong nhà tù một cách miễn cưỡng.

Vào ngày 29 tháng Giêng, cha Giuse không biết điều gì đang chờ đợi mình sau thánh lễ khi ngài mặc một chiếc dây choàng màu tím và ngồi xuống để nghe xưng tội. Nhưng việc thực hành bình thường cuộc tử đạo tại tòa giải tội chắc chắn đã chuẩn bị cho ngài những gì Chúa biết là sẽ đến.

Và sự tử đạo của ngài đối với bí tích của lòng thương xót của Chúa Kitô là một lời nhắc nhở sâu sắc đối với những vị giải tội đồng nghiệp của ngài, và thực sự cho tất cả các tín hữu, về tầm quan trọng của bí tích, sự hy sinh xứng đáng mà bí tích bao hàm và sự sống mà bí tích ban phát.

Nguồn: https://vietcatholic.net/News/Html/274311.htm

Cha Roger J. Landry là một linh mục của Giáo phận Fall River, Massachusetts, người làm việc cho Phái đoàn Quan Sát Viên Thường trực của Tòa thánh tại Liên hợp quốc. Cha viết cho nhiều ấn phẩm Công giáo, bao gồm The National Catholic Register và The Anchor, tờ báo hàng tuần của Giáo phận Fall River, mà cha là chủ bút và biên tập viên điều hành từ năm 2005-2012. Cha thường xuất hiện trên các chương trình phát thanh Công giáo và là tuyên úy quốc gia của Catholic Voices, Hoa Kỳ.

https://churchholyfamily.org/people/ father-roger-landry-1

2

Trong

Niềm thương tiếc

lớn lao

Tòa Giám Mục Kontum

146 Trần Hưng Đạo

KONTUM

Kính gửi: Cha Giám Tỉnh Dòng Đa Minh Việt Nam
              và Gia Đình Cha Giuse Trần Ngọc Thanh OP

THƯ PHÂN ƯU

Kính thưa Cha Giám Tỉnh và quý quyến.

Thật bất ngờ và đau xót khi biết tin Cha Giuse Trần Ngọc Thanh OP đã đột ngột ra đi vĩnh viễn về với Chúa. Cái chết là một mầu nhiệm không ai biết xảy ra lúc nào và ở đâu. Đối với Cha Giuse, ngài đón nhận cái chết trong hoàn cảnh có thể nói là rất đẹp, khi đang thi hành nhiệm vụ của một chủ chăn trao ban Bí Tích *in persona Christi*.

Chúng ta mất đi một người anh em trẻ trung, hăng say và dễ mến. Sự ra đi của Cha Giuse chắc chắn để lại niềm thương tiếc lớn lao cho gia đình, cho Nhà Dòng, cho giáo phận Kontum và cho giáo họ Sa Loong, Dak Mot. Chúng ta xin phó dâng Cha Giuse cho Chúa.

Con xin thay lời cho giáo phận Kontum nói lên lời tri ân với Nhà Dòng đã cho quý Cha, quý Thầy, trong đó có Cha Giuse Trần Ngọc Thanh, lên Kontum phụ giúp trong công việc truyền giáo, đồng thời cũng chân thành phân ưu với gia đình Cha và Nhà Dòng về sự ra đi của Cha Giuse

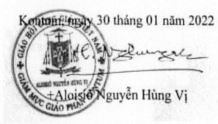

Kontum, ngày 30 tháng 01 năm 2022

+Aloisiô Nguyễn Hùng Vị

Nguồn: https://giaophanKonTum.com

Thành phố Hồ Chí Minh, ngày 2 tháng Hai năm 2022.

 Kính gửi: Cha Bề trên Tổng quyền Gerard Francesco Timoner, OP, quý cha Giám tỉnh và Phụ tá Giám tỉnh cùng tất cả Anh Chị Em trong gia đình Đa Minh

THƯ CÁM ƠN

Từ Anh Em Tỉnh dòng Nữ Vương Các Thánh Tử Đạo, Việt Nam sau cái chết bi thảm của cha Giuse Trần Ngọc Thanh, OP

"Phúc thay ai sầu khổ, vì họ sẽ được Thiên Chúa ủi an" (Mt 5, 4).

Anh Chị Em thân mến,

Chúng tôi vô cùng bàng hoàng và sững sờ khi biết tin về cái chết thương tâm của cha Giuse Trần Ngọc Thanh, OP, người đã quảng đại hiến dâng mạng sống cho Chúa lúc đang ngồi tòa giải tội vào tối thứ Bảy vừa qua. Ngay cả bây giờ, tôi cũng khó lòng nói cho anh chị em biết những gì chúng tôi đã phải trải qua. Chúng tôi vừa mất đi một người anh em rất tốt lành và thánh thiện. Chúng tôi vô cùng tiếc thương và đau buồn về sự ra đi của anh.

Tuy nhiên, giữa cảnh mất mát bi thương này, chúng tôi lại nhận được sự hiệp thông, tình liên đới và huynh đệ từ các thành viên trong toàn thể Gia đình Đa Minh. Chúng tôi đã nhận được nhiều điện thư và tin nhắn bày tỏ sự cảm thông và tình liên đới chân thành từ cha Tổng quyền Gerard Francesco Timoner, OP, cha nguyên Tổng quyền Bruno Cadoré, OP, quý cha Giám tỉnh và phụ tá Giám tỉnh, cùng anh chị em thuộc nhiều Tỉnh dòng và các cộng đoàn Đa Minh trên khắp thế giới.

Thay lời cho toàn thể anh em trong Tỉnh dòng Đa Minh Việt Nam, tôi xin bày tỏ lòng biết ơn sâu sắc đến anh chị em. Sự khích lệ động viên của Anh Chị Em vào thời điểm khó khăn này thật đáng trân trọng và là niềm an ủi lớn lao cho anh em trong Tỉnh dòng cũng như đối với gia đình của cha Giuse. Những lời chia buồn và cầu nguyện của anh chị em trong thời khắc đau buồn này đã chạm đến trái tim chúng tôi, nâng đỡ và củng cố niềm tin của chúng tôi về sự hiệp thông và tình huynh đệ trong Gia đình Đa Minh. Chúng tôi không biết nói thế nào để cảm ơn trước những lời cầu nguyện và sự nâng đỡ quý báu của hết thảy Anh Chị Em.

Nhân đây, chúng tôi cũng tỏ lòng biết ơn chân thành đến giám đốc các Đài phát thanh và Báo chí Công Giáo. Quý vị đã thông tri và kết nối mọi người với nhau để cầu nguyện cho người anh em đã khuất của chúng tôi. Được lòng thương mến đầy ấm áp và quảng đại của quý vị bao bọc, chúng tôi cảm thấy được an ủi rất nhiều. Sự cảm thông, quan tâm và lời cầu nguyện của quý vị, cách nào đó, giúp chúng tôi và gia đình của cha Giuse vượt qua nỗi mất mát to lớn này.

Với niềm xác tín rằng, "máu các vị tử đạo là hạt giống trổ sinh Hội thánh" (Tertullianô), chúng tôi hy vọng máu của cha Giuse Thanh sẽ không làm chúng tôi sợ hãi, nhưng sẽ mạnh mẽ hơn để hiến dâng đời mình cho việc rao giảng Lời Chúa và phục vụ anh chị em ở các miền truyền giáo.

Người anh em Giuse của chúng tôi đã chết đang khi cử hành Bí tích Hòa Giải – Bí tích nói lên lòng thương xót của Thiên Chúa. Vì thế, chúng tôi xin phó thác Anh cho lòng thương xót của Thiên Chúa và cho lời cầu nguyện của Anh Chị Em. Nguyện xin Chúa là nguồn mạch bình an ban cho chúng ta được bình an mọi lúc và về mọi phương diện (2 Tx 3, 16).

Thân ái trong Thánh Phụ Đa Minh,

Giám tỉnh, Fr. Tôma Aquinô Nguyễn Trường Tam, OP

Tỉnh dòng Đa Minh Việt Nam
229 Võ Thị Sáu, P. Võ Thị Sáu, Q. 3, TP. HCM, Việt Nam
Điện thoại: +84 028 3932 1881; Email: vietdominicans@gmail.com

Thế giới thương tiếc
Cha Giuse Trần Ngọc Thanh, OP
và
Xem Ngài như Vị Tử Đạo

Lm. Antôn M. Z. Phan Tự Cường, OP
Sr. Maria Nguyễn Ngọc Hân, OP

Trong những ngày đầu tiên sau cái chết đẫm máu hãi hùng của cha Giuse Thanh, mặc dầu bên Giáo quyền cũng như Chính quyền tại Việt Nam còn dè dặt trong việc thông tin cho đại chúng, nhưng biến cố này đã được nhanh chóng lan rộng trên toàn thế giới qua các mạng truyền thông xã hội như lửa gặp gió.

Thật vậy, các mạng truyền thông: Facebook, YouTube và các đài truyền thanh, truyền hình khắp nơi, bằng nhiều ngôn ngữ khác nhau đều đưa đầy dẫy thông tin về cái chết của cha Giuse Thanh. Ai nấy đều cảm thấy từ ngỡ ngàng, đến đau xót và thương tiếc trước cái chết oan ức của vị "Mục Tử Trẻ Trung Nhiệt Huyết và Hiền Lành". Nhiều người đã đăng trên mạng các bài chia sẻ thật sự đánh động lòng người và muốn làm một việc gì đó trong khả năng, mong cho cái chết của cha Giuse Thanh mang lại ý nghĩa gì hơn cho xã hội, đời sống tu, cho Giáo hội Việt Nam và Giáo hội hoàn vũ.

Hôm nay (14/06/2022) khi viết bài này, chúng tôi gõ trên Google tên "Cha Giuse Trần Ngọc Thanh" bằng tiếng Việt thì được báo có 149.000.000 kết quả được tìm thấy, và đáng ngạc nhiên hơn nữa, nếu gõ tên tiếng Anh "Father Joseph Tran Ngoc Thanh" thì có tới 971.000.000 kết quả.

Rảo qua các video trên Youtube, chúng ta thấy thật ấn tượng khi thấy quá nhiều những đoạn video clip đề cập đến cha Giuse Thanh. Mỗi video có đến hàng chục ngàn người xem và có cái đến hàng trăm ngàn người xem. Chẳng hạn:

Tại Việt Nam:

-*Phản ứng của thế giới Công giáo trước biến cố thương tâm uẩn khúc* với 376.400 lượt xem.

-*Nhân chứng kể lại những khoảnh khắc kinh hoàng* 307.200 lượt xem.

-*Vĩnh biệt cha Giuse Trần Ngọc Thanh tại Giáo họ Plei Don, Kon Tum*: 221.800 lượt xem.

-*Nghẹn ngào xúc động nghi thức tiễn biệt Cha Giuse Trần Ngọc Thanh* với 154.000 lượt xem.

-*Không cầm được nước mắt nhìn lại những hình ảnh lễ tạ ơn mở tay cha Giuse...* 582.000 lượt xem.

-*Ơn lành từ cha Giuse Giuse Trần Ngọc Thanh* 122.000 lượt xem.

-*Phim tài liệu, dấu chân truyền giáo của cha Giuse Trần Ngọc Thanh* với 282.400 lượt xem.

-Gần đây nhất (07/05/2022), Tỉnh dòng Đa Minh Việt Nam mới ấn hành một video về cuộc đời cha Giuse Thanh với tựa đề: *Lm. Giuse Trần Ngọc Thanh, OP– Đuốc sáng giữa núi rừng*, đã đạt được số lượt xem trên 100.000.

Tại nước ngoài, chúng ta thấy có một số video clip sau:

-*Công giáo Việt, Úc, Ba lan tưởng niệm cha Giuse Trần Ngọc Thanh* với 107.400 lượt xem

-*Thánh Lễ Cầu Nguyện | Cha Giuse Trần Ngọc Thanh, OP, tại Nam Cali, Giáo phận Orange, Hoa Kỳ* với 159.800 lượt xem.

-Người Mỹ và Việt nhóm nhau gây quỹ đóng góp ngân khoản giúp việc tổ chức Lễ và làm một số việc tưởng nhớ Cha Thanh ở Kon Tum.

-*Đêm Thắp Nến Tưởng Niệm Cha Giuse Trần Ngọc Thanh, OP, Giáo phận Orange* với 114.200 lượt xem.

-Chương trình thánh ca mang tên "Chứng Nhân Tình yêu" do cha An Bình thực hiện, để tưởng nhớ cha Giuse Thanh cũng đạt được 94.000 lượt xem.

-Một điều lạ lùng nữa là các tôn giáo bạn cũng quan tâm đến biến cố này. Một video thu hút được nhiều người xem nhất có tựa đề : *Sự thật khó ngờ: Nhiều sư thầy Phật giáo tổ chức tụng kinh cho cha Giuse Trần Ngọc Thanh* với 123.300 lượt xem.

Quả thật, việc Chúa làm vượt trên trí tưởng tượng và dự phóng của con người. Một vị tu sĩ linh mục trẻ Dòng Đa Minh, lãnh sứ vụ truyền giáo ra đi phục vụ âm thầm cho đồng bào dân tộc nghèo khổ ở vùng biên giới hẻo lánh, bỗng nhiên được mọi người khắp năm châu biết đến với sự cảm phục, quý mến và trân trọng:

-Linh mục tiến sĩ Roger Landry, một thần học gia lừng danh của Hoa Kỳ, làm việc trong Phái bộ Quan sát viên Thường trực của Tòa thánh tại Liên Hợp Quốc, gọi cha Giuse Trần Ngọc Thanh là vị Tử Đạo của Tòa Giải Tội.

-Phần mộ nơi yên nghỉ của cha Thanh đã có tấp nập người đến cầu nguyện, mang hoa tặng cùng thắp nhang và xin khấn. Nhiều người đã mang bia đá khắc chữ đến tạ ơn, do đã nhận được ơn Ngài bầu cử.

-Nhiều bạn trẻ đã gom góp các video clip về cuộc đời Truyền giáo và Mục vụ của cha Giuse Thanh để chia sẻ cho các bạn mình xem. Giới trẻ khâm phục cha Thanh như tấm gương sáng của người đi tìm lý tưởng cho cuộc sống mình và sống chết cho lý tưởng đó.

-Các cha Dòng Đa Minh tại Kon Tum đã tổ chức lễ giỗ 30 ngày, rồi 100 ngày cho cha Giuse với sự tham gia đông đảo của các thành phần dân Chúa trong Giáo phận. Lễ giỗ này không hẳn chỉ là cầu nguyện cho Ngài mau về với Cha trên Trời mà Ngài hằng yêu mến, những chính là nhớ lại và noi gương tinh thần dấn thân tận tụy của Ngài với người nghèo khổ sắc tộc cũng như xin Ngài cầu nguyện cho mọi người tham dự tiếp nối công việc truyền giáo của Ngài.

3 *Trong*
Hành trình
Đời Tận Hiến

Dõi theo
bước chân Truyền giáo

Lm. Antôn M. Z. Phan Tự Cường, OP

Cha Giuse Trần Ngọc Thanh là tu sĩ Dòng Đa Minh đang hoạt động truyền giáo tại Giáo họ Saloong giáo xứ Đăk Mốt, Giáo phận Kon Tum. Sau 12 năm khấn trong Dòng Đa Minh và hơn 3 năm làm linh mục, cha đã bị sát hại tại nhà nguyện làng Giang Lố 2 đang khi ngồi giải tội cho các hối nhân vào tối ngày 29/01/2022. Cái chết của cha đã gây lên một nỗi bàng hoàng ngỡ ngàng đau xót cho không biết bao nhiêu người. Mặc dầu chết đang khi còn trẻ, nhưng Ngài đã rất nhiệt tình cộng tác với anh em Đa Minh phục vụ cho công việc truyền giáo cho đồng bào sắc tộc ở Giáo phận Kon Tum nhiều nơi. Đoạn Video clip này ghi lại tâm tình thương mến của một vị linh mục đàn anh trong Dòng Đa Minh với cha Trần Ngọc Thanh, OP, qua đó Ngài coi cái chết của cha Giuse Thanh như một cuộc "nằm xuống" chung cuộc một cách anh dũng sau bao lần cha Thanh nằm xuống trước đó để thể hiện trọn vẹn đời dâng hiến của mình cho Chúa và cho việc truyền giáo. Chúng ta xem đoạn video về việc Cha Thanh nằm xuống này như một lời nhắc nhở, một lời thúc giục mỗi người chúng ta qua Bí tích Rửa Tội chúng ta đã được cùng chết với Đức Kitô, thì cũng hãy "trỗi dậy" sống hết tình với Chúa và hết lòng cho tha nhân. Hãy trỗi dậy để làm cho chân lý và tình yêu của Chúa được loan báo khắp nơi nhất là đến với người nghèo và người sắc tộc. Chúng ta hãy dõi theo dấu chân truyền giáo của cha Giuse Trần Ngọc Thanh, OP qua bài tâm tình sau đây.

của Cha Giuse Trần Ngọc Thanh, OP

Em Giuse Trần Ngọc Thanh ơi,
Vậy là em đã "nằm xuống" rồi,
Em đã "nằm xuống" trước anh.

Không biết anh có được cái ngày diễm phúc "nằm xuống" như em không?

Em đã "nằm xuống", em đã gục ngã đang khi thay mặt Chúa Kitô cử hành Bí tích Hòa Giải cho bà con giáo dân.

Em đã "nằm xuống" và được chôn cất trong lòng đất, để khép lại cuộc sống của em ở trần gian này để chờ đợi ngày được "trỗi dậy" với Chúa Kitô Phục sinh trên nước Trời

Nhưng khi nhìn đến các công việc tông đồ truyền giáo và bác ái em đã thực hiện từ khi em lên Kon Tum cộng tác với anh và các anh em Đa Minh trên này, anh liên tưởng đến sứ mạng của anh em Đa Minh trong đó có anh, phải hoàn thành chung cuộc đời tu của mình bằng việc "nằm xuống" một cách anh dũng ít là như em, để rồi cũng sẽ được "trỗi dậy" vinh quang bên Chúa Kitô Phục Sinh.

Phải, cuộc đời tu sĩ và linh mục và nhất là cuộc đời tu sĩ và linh mục Fòng Đa Minh, khi thể hiện đời dâng hiến, theo lễ nghi của Fòng và của Giáo Hội, chúng ta đã có nhiều lần "nằm xuống" và "trỗi dậy".

Đầu tiên là chúng ta "nằm xuống" trong ngày lãnh áo Fòng Đa Minh trước khi vào nhà tập. Cha Bề trên Giám tỉnh hỏi chúng ta: "Anh xin gì?" Chúng ta đáp lại "Con xin lòng thương xót của Chúa và của anh em".

Tiếp đến, ngày chúng ta tuyên khấn đơn, tuyên khấn trọn, chúng ta cũng "nằm xuống" và thưa những lời đó: "Con xin lòng thương xót của Chúa và của anh em".

Rồi sau đó, tới ngày chịu chức phó tế và linh mục, trước bàn thờ Chúa, chúng ta lại "nằm xuống" hòa theo lời chuyển cầu của các thánh nam nữ trên trời qua kinh cầu các thánh, xin Chúa nhận chúng ta vào hàng ngũ thừa tác viên thánh của Chúa.

Sau mỗi lần "nằm xuống" như vậy, chúng ta lại "trỗi dậy" với một tính cách mới, một nhiệm vụ mới. Đó là lên đường thi hành sứ vụ mà Chúa, Giáo hội và Dòng trao phó.

Trong những giây phút "nằm xuống" và trỗi dậy như vậy, hẳn mỗi chúng ta đều mang một tâm trạng khó tả.

Không biết khi "nằm xuống" như vậy em có khóc không? Anh đoán là có đấy! Vì bản tính hiền lành dễ cảm xúc của em, hẳn anh đoán là có. Anh đoán thế thôi!

Nhưng có một điều chắc chắn là khi em "nằm xuống" ở mảnh đất Giáo họ Sa Loong mà Giáo phận và Dòng sai em tới thì đã có không biết bao nhiêu người chảy nước mắt, đau xót, thương tiếc em và cầu nguyện cho em.

Không những chỉ ở trong Giáo họ Sa Loong, không những chỉ có Giáo họ Đăk Xú và Pờ Y nơi trước đó em đã phục vụ mà cả Giáo phận Kon Tum từ Đức Cha, các cha các tu sĩ nam nữ và giáo dân rồi nhanh chóng lan ra cả Giáo hội Việt Nam và đi cả năm châu nữa.

Riêng Dòng Đa Minh thì khỏi nói, từ các Bề trên Tổng quyền bên tít trời Âu, quý cha Giám tỉnh và Phụ tá Giám tỉnh, các anh chị em từ nhiều Tỉnh dòng và các cộng đoàn Đa Minh trên khắp thế giới đã gửi lời phân ưu đến Tỉnh dòng Việt Nam chúng ta và đăng rất nhiều hình ảnh và thông tin của em trên các trang mạng.

Có điều lạ là mọi người khi nghe tin em nằm xuống, họ mến yêu em, khóc thương em, không phải vì trước đây em là một tu sĩ linh mục danh tiếng, vì viết sách vở, vì đi giảng thuyết đó đây làm mọi người đều biết tiếng tăm của em, nghe danh của em.

Không! Em chỉ là một tu sĩ linh mục bình thường như nhiều anh em khác. Sau khi học xong thần học, em tình nguyện đi lên vùng Tây Nguyên xa xôi mà em biết nơi đây bà con sắc tộc còn nghèo khổ, còn khó khăn về mọi mặt.

Em đã vâng lời Bề trên đến một nơi xó xỉnh hẻo lánh vùng biên giới để âm thầm thi hành sứ vụ với anh em trong cộng đoàn.

Em thấy có lạ không? Em có ngờ rằng ngày em "nằm xuống" sẽ xảy ra như vậy không?

Mấy ngày qua, mỗi lần nhớ lại hình ảnh em "nằm xuống" trên chiếc giường của Tu xá khi mang thi hài em từ bệnh viện về...

... mỗi lần nhớ lại hình ảnh em "nằm xuống" trong chiếc quan tài ra khỏi Tu xá để đưa vào nhà nguyện Plei Dờn dâng thánh lễ lần cuối tại Giáo phận Kon Tum...

... mỗi lần nhớ lại hình ảnh các anh đội mai táng khiêng chiếc quan tài em nằm rời khỏi nhà nguyện Plei Don để tiễn đưa về nghĩa trang của Tỉnh dòng ở Đền thánh Martin Hố Nai với tiếng hát tha thiết trầm buồn pha một chút não nuột thánh vịnh 129 bằng tiếng Bahnar...

... rồi mỗi lần nhìn xem hình ảnh ngôi mộ em đang nghỉ yên tại nghĩa trang của Tỉnh dòng ở Đền Thánh Martin mà lúc nào cũng tràn ngập hương hoa kính viếng...

... anh lại thấy diễn ra trong đầu óc anh bao kỷ niệm về những dấu chân truyền giáo của em từ khi anh gặp được em cho tới khi em "nằm xuống": từ khi em còn là thầy thực tập, rồi tiến dần tới chức phó tế và linh mục, từ việc em coi sóc các học sinh nội trú đến việc huấn luyện các giáo lý viên và các chú lên đường truyền giáo, từ việc em đánh xe đi làm việc mục vụ tại các giáo điểm truyền giáo cho đến các việc giáo dục, bác ái xã hội em đã làm tại Đăk Xú, Pờ Y, Sa Loong... rồi kể cả những việc truyền giáo em dự phóng sẽ thực hiện trong năm nay qua lá đơn em xin anh hỗ trợ hiện đang còn nằm trên bàn làm việc của anh khiến anh nhớ em và cảm phục em vô vàn. Anh muốn các anh chị em trong Dòng Đa Minh, các người thân trong gia đình em và mọi người mộ mến em dõi theo được dấu chân truyền giáo của em trên vùng Tây Nguyên này để mong rằng sẽ có những bước chân tiếp nối em.

Theo người nhà em kể lại cho anh biết, khi chọn cuộc đời dâng mình cho Chúa, em đã có một sự quyết tâm lớn lắm. Sau khi em học xong lớp 12 và hoàn thành nghĩa vụ công dân, em đã đến Tu viện Đa Minh, Gò Vấp xin đi tu, vì nhà dòng gần nhà gia đình em. Nhưng cha Bề trên tu viện cho biết nếu muốn tu Dòng Đa Minh em phải tốt nghiệp Đại học nghĩa là phải "cày thêm chữ nghĩa" 4 năm nữa. Điều đó không làm em nản lòng nhưng quyết chí theo đuổi ơn gọi.

Em ghi danh thi vào trường Công nghệ Thông tin tại Trường Đại học mở, TP. HCM ở số 97 Võ Văn Tần, phường 6, quận 3, Sài Gòn và trong suốt 4 năm liền, em đạp xe từ nhà em ở Xóm Mới lên đó học cho đến khi tốt nghiệp.

Em hãnh diện và sung sướng đem tấm bằng và giấy tờ đến Thỉnh viện Đa Minh, Tam Hà xin dự tu và được chấp nhận vào năm 2007.

Trong thời gian ở Thỉnh viện, em đã được dạy dỗ để thấm nhuần tinh thần truyền giáo Đa Minh như đã ghi trong Hiến pháp Dòng: *"Noi gương thánh Đa Minh, Đấng rất khao khát ơn cứu độ của mọi người và mọi dân tộc, anh em phải ý thức mình đã được sai đến với mọi người, mọi tầng lớp và mọi dân tộc, kẻ tin cũng như người không tin, và nhất là những người nghèo, để chuyên tâm loan báo Tin mừng nhằm xây dựng Hội thánh giữa muôn dân và làm cho đức tin được rạng rỡ, vững vàng trong dân Kitô giáo"* (HP. 98).

Theo chương trình huấn luyện của Thỉnh viện, vào kỳ hè năm 2009 em cùng với các thỉnh sinh cùng lớp, được cha Giám đốc Thỉnh viện Tam Hà cho lên thực tập 2 tháng trên Cộng đoàn Giang Sơn, Buôn Ma Thuột. Lúc đó anh là đại diện Bề trên ở đấy, và anh đã gởi em vào ở trong Buôn Triết, huyện Lăk để dạy giáo lý các

em nhỏ. Ở đó chỉ có hai tháng thôi, nhưng em đã làm cho các em thiếu nhi quấn quýt không muốn cho em về. Thì như anh nói với em khi mới lên Buôn Ma Thuột: Ai có tâm hồn truyền giáo sẽ thấy rằng đường lên Tây Nguyên dễ đi mà khó về. Phải chăng hạt giống truyền giáo được nảy mầm cụ thể trong em trong mấy tháng thực tập này. Thật là một cảm nghiệm niềm vui đầu đời truyền giáo phải không em?

Lúc đó, em còn nhớ không? Có lần đi chung với anh leo dốc từ đường quốc lộ lên nhà cộng đoàn ở trên ngọn đồi, em thách chạy đua với anh coi ai tới trước, vì em nghĩ rằng em còn trẻ. Nhưng với chàng sinh viên lâu nay ở thành phố, làm sao em leo dốc nhanh bằng anh được.

Qua tháng 8 năm 2009, em được chọn vào nhà tập tại nhà nguyện Tu viện Đền Thánh Martin Hố Nai... Đây là lần đầu tiên, em "nằm xuống" để xin lòng thương xót của Chúa và của anh em".

Em đã được mặc áo Dòng Đa Minh và sống một năm để nếm thử ơn gọi của Dòng.

Tháng 07 năm 2010, khi năm nhà tập gần hết, em và các bạn cùng lớp được cha giáo Đa Minh Đinh Viết Tiên cho đi tham quan một vòng các cộng đoàn anh em Đa Minh, em lại có dịp lên đồi Giang Sơn, Buôn Ma Thuột thăm anh với bộ áo dòng trắng toát. Thật may quá, anh em trong lớp còn giữ lại được hình này. Đẹp quá! Sức sống tương lai của Tỉnh dòng Đa Minh tràn đầy kỳ vọng nơi các thầy trẻ đầy nhiệt huyết này.

Vào ngày 13/08/2010, em và các bạn trong lớp lại "nằm xuống" lần thứ hai để thưa lên với Chúa và với Dòng "Con xin lòng thương xót của Chúa và của anh em".

Sau đó em được chuyển lên Học viện Đa Minh, Gò vấp học Triết học.

Hai năm sau đó, tức là vào mùa hè năm 2012, em đã phấn khởi cùng với người anh em cùng lớp là thầy Duy lên thực tập mục vụ tại Giáo xứ Kon Rơbang, Giáo phận Kon Tum, nơi Giáo phận mới trao cho Tỉnh dòng Đa Minh đảm trách và bổ nhiệm anh là cha xứ.

Hồi đó em cảm phục anh lắm. Vì sao anh già rồi, đã ngoài U60 rồi mà anh còn cất công học hỏi tiếng Bahnar và đã dâng lễ, giảng dạy giáo dân bằng tiếng địa phương này được. Em hỏi anh sao anh tài thế! Anh trả lời: "Vì anh thương họ, mà muốn thương họ thì phải hiểu được ngôn ngữ của họ. Khi đã hiểu họ rồi lại càng thương họ hơn. Kinh nghiệm các cha truyền giáo dạy anh như thế anh cũng muốn chia sẻ lại với em".

Thế là em cũng quyết noi gương anh. Em mượn tài liệu, em nhờ các em giáo lý viên dạy em học tiếng Bahnar. Lúc đầu em than với anh rằng học trước quên sau nhưng rồi em cứ tập nói, cứ bắt chuyện với ai em gặp, riết em nói giỏi lúc nào không biết! Có điều do tính em bẽn lẽn nên không bạo nói tiếng Bahnar như anh.

Anh trao cho em trách nhiệm coi sóc đoàn Thiếu Nhi Thánh Thể mới thành lập và tổ chức các lớp giáo lý của Giáo xứ Kon Rơbang cho có quy củ hơn. Em đã nhiệt tình bắt tay vào việc cùng với thầy Duy đưa thiếu nhi Giáo xứ có một bộ mặt mới.

Rồi em chở anh đi vào các buôn làng để anh giúp việc mục vụ và bác ái cho các người dân tộc ở vùng sâu vùng xa.

Từ đó, em cảm nghiệm sâu xa nhu cầu truyền giáo cho các đồng bào sắc tộc trên vùng Tây Nguyên này còn bao la quá, khốn khổ quá nhất là những hoàn cảnh đáng thương của các trẻ em ở các vùng này.

Thấm thoát hết năm thực tập, vào tháng 06/2013, em từ giã anh để trở về Học viện Đa Minh, Gò Vấp tiếp tục học thần học và hứa sau khi học xong em sẽ xin Bề trên quay lại sống cùng anh em Đa Minh Kon Tum.

Sau một năm suy nghĩ thêm và lựa chọn, vào ngày 15/08/2014, tại nhà thờ Giáo xứ Mân Côi Gò Vấp em đã "nằm xuống" lần thứ ba để xin Chúa xót thương em và nhận em làm hy lễ toàn thiêu cho Ngài qua lời khấn trọn đời. Em đã tâm nguyện sẽ dành cuộc đời mình để phục vụ đồng bào sắc tộc Tây Nguyên.

Cuối năm 2016, khi gần tốt nghiệp chương trình hiến định, em lại "nằm xuống" lần thứ tư vào ngày 13 tháng 12, xin lãnh chức phó tế để tham gia vào hàng giáo sĩ, lãnh sứ vụ đi rao giảng Lời Chúa.

Khi mãn khóa học viện vào hè năm 2017, em đã giữ lời hứa với anh là xin cha Giám Tỉnh cho em lên lại Kon Tum với ước nguyện Loan báo Tin mừng cho người sắc tộc.

Lúc đầu, em có chút ngỡ ngàng khi giảng dạy Lời Chúa trong chức vụ phó tế cho đồng bào sắc tộc nhưng rồi em đã quen dần với bầu khí cộng đoàn, nhất là thánh lễ dành cho thiếu nhi. Các em rất thích nghe giọng nói nhỏ nhẹ dễ mến của em.

Em lại tiếp tục trách nhiệm phụ trách đoàn thiếu nhi Giáo xứ và nhất là "Câu lạc bộ Hiếu học" mà anh thành lập trước đó để khuyến khích các em trước là siêng năng đến trường, sau là chịu khó làm bài ở nhà. Đây là công việc có lẽ làm em vất vả nhất vì phải liên tục liên lạc với nhà trường và gia đình để kiểm soát các em. Nhưng nhờ đó, các em học hành tiến bộ trông thấy, khiến thầy cô ở nhà trường và phụ huynh ở nhà rất hài lòng. Em còn cộng tác với nhóm Việt Tộc của cha Vang Dòng Chúa Cứu Thế để xin học bổng cho các học sinh và khuyến khích các em học theo nhóm mỗi tối để nâng cao trình độ.

Thế rồi điều em và mọi người thân chờ đợi đã đến. Vào ngày 04/08/2018, tại nhà thờ Ba Chuông của Dòng, em lại "nằm xuống" lần thứ năm, xin Chúa đón nhận em vào hàng tư tế Chúa, thay mặt Chúa cử hành các Mẫu Nhiệm Thánh cho dân Chúa. Em đã chọn khẩu hiệu "Đường Chân Lý này chính con đã chọn" để khẳng định em sẽ chọn Chúa Kitô làm gia nghiệp mãi mãi đời em và em sẽ rao truyền danh thánh Chúa khắp muôn dân theo linh đạo Đa Minh.

Sau ngày chịu chức Linh mục, trong khi các anh em khác được Bề trên sắp xếp và các bổ nhiệm mới, phần em vẫn giữ luôn ước nguyện: "Tiếp tục thi hành sứ vụ truyền giáo cho đồng bào sắc tộc".

Cha Bề trên Giám tỉnh đã cho em toại nguyện. Em tiếp tục lên Giáo phận Kon Tum và được cắt cử làm phụ tá cho cha chánh xứ Giáo xứ Kon Rơbang.

Thế nhưng, vào cuối năm 2018, do sự sắp xếp lại nhân sự của Tu xá, em được bổ nhiệm làm phụ tá cha chánh xứ Giáo xứ Đăk Mốt và sống với anh em trong nhà cộng đoàn tại Đăk Mốt để coi sóc các em nội trú và lo cho giáo dân sắc tộc Xê Đăng.

Khi nhận nhiệm vụ mới này, anh tưởng em nản lòng lắm vì sau mấy năm học tiếng Bahnar, em mới thông thạo ngôn ngữ này được chút ít, thì nay em lại phải chuyển đổi qua sống và sinh hoạt với người Xê Đăng, ngôn ngữ của họ hoàn toàn khác với người Bahnar và giọng nói của họ khó tập hơn vì phải uốn lưỡi liên tục. Tuy nhiên, em không quản ngại và quyết tâm dấn thân học thêm ngôn ngữ này để có thể gần gũi với giáo dân mà em được sai đến… Vậy là từ đây em đã thông thạo hơn anh một ngôn ngữ mới.

Em dần dần được cha xứ Đăk Mốt trao phó các trách nhiệm mục vụ và truyền giáo dọc theo con đường từ ngã ba Ngọc Hồi đến gần ngã ba biên giới Việt-Lào-Campuchia gồm xã Đăk Xú, có 11 thôn, trong đó chỉ có 5 thôn theo đạo Công giáo và một xóm giáo người Kinh ở xã Pờ Y.

Lúc này thì anh không còn sống gần em nữa. Nhưng mỗi lần em về lại Kon Tum họp cộng đoàn để tường trình những việc em làm, anh có cảm tưởng đời em đến ở với đồng bào trong xã Đăk Xú này như cá gặp được nước. Mặc dầu còn nhiều khó khăn về mặt xã hội, nhưng em đã xoay sở làm đủ mọi cách để giúp đỡ mọi người có đạo cũng như không có đạo.

Thấy nhà người ta nghèo, lòng em xót, nên em hay đi thăm viếng họ và xin lương thực, vật dụng của các ân nhân đến giúp họ.

Thấy các em đi học thiếu sách vở, em lo liệu đầy đủ cho các em để các em không bị thua thiệt với người Kinh.

Thấy các em đi học không có xe đạp, em thương cho những đôi chân bé nhỏ lặn lội đi bộ xa xôi đến trường bằng cách hàng năm mua cho chúng cả chục chiếc xe đạp.

Đặc biệt trong các tháng hè, em đã quy tụ các em về nhà cộng đoàn Đa Minh ở Đăk Mốt. Em lo ăn lo ở cho chúng và thuê các thầy cô dạy nhân bản, sinh ngữ, rồi học đàn, học cồng chiêng để vừa giúp các em tiến bộ trong học vấn vừa chuẩn bị nhân sự làm việc trong Giáo họ.

Em còn bàn với anh vào hè năm nay (2022), em sẽ lập một nhà dạy may và mời các sơ thạo nghề đến dạy cho các thiếu nữ sắc tộc, rồi sẽ gửi họ đi làm các công ty. Em đã xin được một số máy may ở Sài Gòn về nhưng chưa kịp thực hiện.

Em mời gọi các chú trong các làng lập thành nhóm "Lên đường" để cùng với các soeur huấn luyện họ trở thành những môn đệ truyền giáo, cộng tác với em ra đi gieo rắc tình thương Chúa cho các làng chung quanh và giúp đỡ những người nghèo.

Em còn làm nhiều điều lắm anh không nhớ hết, nhưng có việc anh cảm phục nhất là thấy em tận tụy thể hiện tâm hồn vị mục tử hết lòng lo cho đoàn chiên có nơi chốn xứng đáng để cử hành phụng vụ cho sốt sắng.

Nhà nguyện Đăk Xú

Thấy chỗ dâng lễ còn chật hẹp em tìm cách nới rộng và nâng cao thêm.

Thấy bà con còn ngồi ngoài sương ngoài nắng, em bàn với các chú tìm chi phí mở rộng mái che như hiện nay.

Thấy bà con không có ghế ngồi khi hiệp dâng Thánh lễ, em vận động xin thật nhiều ghế cho họ nhất các bà mẹ địu con đi lễ. Gần đây em còn xoay sở mua đất để xin giáo quyền và chính quyền tiến hành hồ sơ xây dựng nhà nguyện mới cho Giáo họ.

Có lẽ phải những ai đã sống trong hoàn cảnh bị hạn chế nhiều mặt mới thấy những nỗ lực của em giúp mọi người thăng tiến.

Chưa hết, trong mấy năm qua, ngoài việc "lên đường" đi vào các làng lo việc mục vụ truyền giáo, em còn can đảm mạnh dạn đảm nhận một công việc mà không phải ai làm cũng được, đó là quy tụ các chú giáo phu sắc tộc và những người có khả năng để thực hiện công việc gìn giữ và phát huy tiếng Xê Đăng Đăk Mốt là tiếng mẹ đẻ của họ, em ý thức rằng: Còn ngôn ngữ là còn dân tộc, mất ngôn ngữ là mất dân tộc.

Em đã cùng họ đã và đang thực hiện ba công trình sau:

1. Chuyển ngữ xong toàn bộ các sách bài đọc và sách lễ Rôma qua tiếng Xê Đăng Đăk Mốt. Em đã tiếp nối và hoàn tất công việc từ người anh em trước đó là cha Antôn Châu, OP, đã khởi sự từ năm 2016. Tổng cộng bộ sách này lên đến 2.800 trang A4.

2. Hoàn thành quyển Tân Ước Xê Đăng Đăk Mốt. Sau khi làm xong bộ sách Phụng vụ trên, em đã trích xuất, bổ túc và tổng hợp các bản văn trên thành quyển Tân ước. Em đang nhờ sự góp ý thêm của nhiều người và sau đó sẽ in để bà con giáo dân địa phương được đọc Lời Chúa bằng tiếng bản địa của họ.

3. Quyết tâm soạn tự điển Xê Đăng - Việt, và Việt - Xê Đăng. Với vốn liếng tiếng Xê Đăng mà em đã học hỏi và trau dồi, em và các chú giáo phu thông thạo tiếng Xê Đăng đang biên soạn hai tự điển trên dựa vào quyển tự điển Xê Đăng Đăk Tô của học giả Tin lành Kenneth Smith.

Adron (n) *Girl, a female child. Cô gái, thiếu nữ, thanh nữ.*

Ah (fpt) *In a moment, soon. Chút nữa (tương lai gần).*

Ajěk dêrei bol: *Cạnh nhau, sát cánh.*

Ajěk hĭ: *Cạnh nhà.*

Ajěk kơ troh: *Gần đến.*

Ajěk těn: *Láng giềng.*

Ajěk tơtit: *Sát cạnh, sát kề.*

Ajěk, xeang wä (adj) *To be near. To be close. Cận, cạnh, cận kề, gần.*

Akop, rơnhup, tơ'nơm (v) *Add, to put sth together with sth, Cộng, cộng lại.*

Akrût (adj) *Ragged. Tơi tả.*

Äl (v,n) *To sense, sensation, feeling in one body. Cảm giác, cảm thấy, cảm xúc.*

Äl hing kleak: *Cảm thấy đói.*

Äl kơđě kơla: *Linh cảm.*

Äl rơgäi: *Trấn tĩnh, hồi tĩnh.*

Äl tŏu: *Hanh nắng.*

Äl xung xěng: *Cảm thấy xao xuyến.*

Đây là một đóng góp "trí thức" trong việc truyền giáo cho người sắc tộc của em nói riêng và của anh em Đa Minh trên vùng Tây Nguyên nói chung. Khi có dịp anh sẽ giới thiệu việc làm của em cho nhiều người, nhất là các anh em trẻ trong Dòng. Có người cứ nghĩ rằng những ai ra đi truyền giáo là những người kém cỏi, không thể đi du học để lấy bằng cấp, không có khả năng giảng dạy mới phải đi vùng xa truyền giáo. Họ đâu có ngờ rằng tại các vùng truyền giáo lại rất cần những người có học hành giỏi giang, có học vị bằng cấp chuyên môn, nếu thêm lòng yêu thương người sắc tộc xa xôi và muốn cho họ nghe, họ đọc Lời Chúa bằng ngôn ngữ của họ thì sẽ còn rất nhiều công việc phải làm.

Ghi lại những điều này, anh cảm thấy hãnh diện khi thấy việc em làm đã đóng góp chiều sâu về mặt văn hóa trí thức của Dòng Đa Minh cho Giáo phận Kon Tum.

Qua đầu năm 2022, Bề trên Tu xá Đa Minh Kon Tum, theo nhu cầu mục vụ chung, đã sắp xếp em rời cộng đoàn Đăk Mốt để

đến nhà cộng đoàn Sa Loong, đặc trách Giáo họ gồm 2 làng Giang lố 1 và Giang Lố 2 và coi các em nội trú.

Nhà nguyện Giáo họ chỉ là một mái nhà che mưa nắng và đang được Tòa Giám mục xúc tiến với chính quyền cho nâng lên Giáo xứ và xây nhà thờ cho khoảng gần 2000 giáo dân trong xã có nơi thờ phượng Chúa xứng đáng.

Em đã mau mắn vâng lời Bề trên sẵn sàng di chuyển đến chỗ mới và can đảm nhận trọng trách trên ngày 06/01. Em đang bắt tay vào việc thích nghi với trách nhiệm mới và bàn kế hoạch lớn cho việc xây dựng nhà thờ.

Không ngờ vào tối thứ bảy 29/01 khi em đến dâng lễ cho giáo dân làng Giang lố 2 thay ngày Chúa nhật và ngồi lại giải tội cho một số bà con chuẩn bị tâm hồn đón Tết Nhâm Dần, thì em đã "nằm xuống" trên nền xi măng nhà nguyện với vũng máu tung tóe văng lên cả tượng Đức Mẹ ban ơn đang để trên bàn thờ phía sau. Máu em đã đổ ra trên phần đất này.

Em Thanh ơi,

Viết tới đây, những nỗi đau xót lại nhói lên trong con tim anh, em Thanh ơi.

Anh đau xót thương em chắc chẳng thua kém gì những người thân trong gia đình em, vì anh em mình đã gắn bó với nhau đồng lao cộng khổ trên vùng truyền giáo này khá lâu.

Cái đau xót trước nhất của anh và của anh em là khi nhìn em sau lúc tẩn liệm và đặt để em trong phòng khách của Tu xá, thì trên thi hài em chẳng còn đồ dùng cá nhân nào là của em. Em có ngờ không? Những lời em nằm xuống để thân thưa "Con xin lòng thương xót của Chúa và của anh em" khi vào Dòng, nay đã được Chúa lo liệu để các anh em trong Dòng tẩm liệm em bằng những đồ dùng của anh em trong nhà. Khi em bị sát hại em chỉ mặc trên mình bộ đồ đẫm máu, và khi đến bệnh viện Ngọc Hồi cấp cứu, nhân viên y tế đã cởi bỏ để chữa trị.

Khi bác sĩ đã bó tay và anh em đón em về, trên người em chỉ còn chiếc quần tây vấy máu là của em. Thế là anh em đã tắm rửa cho em và mang những đồ dùng của anh em trong Tu xá. Trên thân thể em, áo quần là của cha Tuấn, áo dòng và áo kappa đen bao trùm em là của cha Thịnh, đôi giày là của cha Bề trên Tu xá. Như vậy, đồ dùng tẩm liệm thi hài em là tổng hợp đồ dùng của anh em. Cả anh em trong Tu xá và em cùng mãn nguyện thực hiện được tình thương huynh đệ là thể hiện lòng thương yêu bao bọc lẫn nhau cho đến chết.

Anh đau xót khi thấy hình ảnh ông cố em dùng sức yếu của tuổi già tiều tụy ôm chầm lấy chiếc quan tài em nằm, môi miệng mím chặt lại cho khỏi bật tiếng khóc trong khi nước mắt cứ tuôn chảy. Anh được biết ông cố và gia đình đã sắp xếp để mùng 4 Tết lên thăm em trên Sa Loong Kon Tum, không ngờ em lại về thăm ông cố trước trong chiếc quan tài.

Thông thường, các linh mục khác trong đó có anh, sẽ dâng thánh lễ an táng cầu cho cha mẹ khi các ngài qua đời như của lễ dâng hiến Chúa vì đã sẵn lòng dâng những đứa con cho Chúa. Còn

em, em đã mất mẹ trước khi em chuẩn bị khấn trọn. Mẹ em không được thấy hình ảnh em "nằm xuống" dâng hiến trọn đời cho Chúa và "nằm xuống" để trỗi dậy tiến lên bàn thánh như mẹ em hằng ước mong và cầu nguyện cho em. Bây giờ khi em là linh mục rồi, nhưng em không được sống lâu để khi ông cố được Chúa gọi về, em sẽ dâng lễ an táng cầu cho ông cố. Ngược lại ông cố đến dâng thánh lễ cầu nguyện cho em. Suy nghĩ đến hoàn cảnh này của em với gia đình em, anh thấy như có cái gì nghẹn trong lồng ngực anh không diễn tả được chỉ biết ứa nước mắt.

Anh đau xót vì các dự tính em đang muốn thực hiện việc chuẩn bị đất ở Đăk Xú và nay là nhà thờ Giáo họ Sa Loong để xây dựng Hội thánh Chúa tại địa phương chưa được toại nguyện. Giáo dân già trẻ lớn bé, đặc biệt các em thiếu nhi, họ khóc thương em nhiều lắm. Họ mang cả chiếu chăn đến nằm trên nền nhà nguyện để nhìn chăm chăm lên chân dung em, như mong em trở lại với họ. Nhìn cảnh như thế này hỏi ai không mủi lòng sao được.

Nhà nguyện Sa Loong

Về mặt truyền giáo của anh em Đa Minh trên vùng Tây Nguyên này, anh kỳ vọng em đang là tiềm năng của Tỉnh dòng Đa Minh, góp phần với Giáo phận Kon Tum. Anh đang có một dự phóng mà anh đã bàn qua với anh em, là với số vốn liếng tiếng Xê Đăng của cha Châu và em đã trau dồi từ trước tới giờ. Nay hai em lại được sinh hoạt mục vụ gần nhau, thì hãy dùng nhà cộng đoàn Đa Minh Đăk Mốt làm nơi "Nghiên cứu ngôn ngữ tiếng Xê Đăng" để mời thêm các cha xứ chung quanh và những người chuyên môn hoàn thiện bản văn phụng vụ cho người Công giáo Xê Đăng Đăk Mốt như là một sự đóng góp trí thức của anh em Đa Minh cho Giáo phận Kon Tum. Nhưng nay thì dự phóng của anh bị mất một nửa nhân sự rồi. anh đau xót quá em ơi.

Em Thanh ơi,

Giờ thì em đã "nằm xuống" rồi,

Sau những lúc ngồi bên bức chân dung của em, nhớ đến em hằng ngày trong giờ cầu nguyện và dâng lễ của anh.

Anh thấy anh phải đứng lên, anh phải "trỗi dậy" để tiếp tục cuộc hành trình tông đồ truyền giáo trên vùng Tây Nguyên này mà Giáo phận đã ủy thác cho anh em Đa Minh. Nhưng từ nay, anh và anh em cảm thấy có sức mạnh và nâng đỡ hơn nhờ việc "nằm xuống" của em.

Em Thanh ơi,

Nếu trước đây khi em mới vào dòng, em đã "nằm xuống: để xin lòng thương xót của Chúa và của anh em. Nay đến lượt anh và anh em trong Tu xá lại xin lòng thương xót của em trên trời giúp các anh em tiếp tục tiến bước hăng say trong sứ vụ Tông đồ truyền giáo trên vùng Tây Nguyên này.

Xin em hãy cầu nguyện cho các anh em không khiếp sợ trước biến cố đã xảy ra, không lùi bước trước những thách đố, nhưng sẵn sàng tình nguyện đến thay thế chỗ em, để coi sóc giáo dân và thực hiện dự tính của em là xây dựng ngôi thánh đường Giáo xứ Sa Loong mà hiện nay sắp được cấp giấy đất tôn giáo.

Xin em cầu nguyện và đồng hành với các anh em Đa Minh tại Tu xá Kon Tum đang hoạt động rải rác tại 7 địa điểm truyền giáo của Giáo phận Kon Tum và 5 địa điểm của Giáo phận Buôn Ma Thuột.

Xin em cầu nguyện và thúc đẩy các anh em tu sĩ trẻ Đa Minh xung phong dấn thân lên Tây Nguyên tiếp tục các công trình chuyển sách Kinh Thánh ra ngôn ngữ địa phương như em đã thực hiện để Lời Chúa được vang xa. Đó là sứ vụ của Dòng Đa Minh mà!

Xin em cũng cầu nguyện và đồng hành với các anh chị em trong đại gia đình Đa Minh Việt Nam đang hoạt động trên mọi nẻo đường của sứ vụ biên cương.

Xin em cũng cầu nguyện cho những ai bước vào đời sống tu sĩ và linh mục coi những phút giây "nằm xuống" khi khấn dòng và chịu chức là những phút giây dấn thân quyết liệt cho Chúa và cho tha nhân.

Xin em cũng cầu nguyện và soi lòng cho nhiều người tại Việt Nam cũng như các nơi trên thế giới, khi cảm thương việc "nằm xuống" của em, sau những giây phút đau xót thì cũng để lòng mình "trỗi dậy" nhận ra bản chất của mỗi người Công giáo khi đã lãnh nhận bí tích rửa tội, đi theo Thầy Giêsu thì phải là một "môn đệ truyền giáo." Họ có bổn phận làm cho chân lý và tình yêu của Chúa được loan báo khắp nơi, nhất là nơi người nghèo khổ, khổ vật chất, khổ tinh thần để rồi sẵn sàng đi đến với họ dù có phải " nằm xuống" như em vì tin rằng sau đó sẽ được chỗi dậy hưởng vinh quang phục sinh với Chúa Kitô.

Xin em cầu nguyện cho Hội thánh chúng ta đang hướng tới là một Hội thánh Hiệp Hành: *Hiệp Thông, Tham Gia và Sứ vụ* do Đức Thánh Cha Phanxicô khởi xướng được toàn thể Dân Chúa hưởng ứng và đóng góp để sức sống đạo Chúa ngày một kiện toàn thu hút và lan tỏa trong thế giới hôm nay.

Trở lại mảnh đất Sa Loong nơi em được sai đến phục vụ và nằm xuống, xin em cũng cầu nguyện và soi lòng cho nhiều người tại Việt Nam cũng như các nơi trên thế giới sẵn lòng tiếp tay với em góp phần hoàn thành những dự tính em đang muốn thực hiện nhất là ngôi thánh đường Sa Loong.

Từ trên thiên đàng anh xin em nhìn xuống nhà nguyện Sa Loong mà em được sai đến, Em hãy nhìn cảnh giáo dân con chiên của em đang đọc kinh dâng lễ như thế này đây. Nếu khi còn sống em đã sốt ruột chạy vạy xoay sở mong cho họ có được ngôi nhà thờ để thờ phượng cho xứng đáng thì nay trên trời cao, chắc em cũng nôn nóng gấp 10 lần để mong cho ngôi nhà thờ Sa loong này được mau xây dựng và hoàn tất. Em đang gần Chúa lắm, em bám víu vào Chúa cho chặt vào, và xin Chúa nhìn thấy các vết thương trên đầu trên cổ em, nhìn đến vũng máu của em đổ ra loang lổ mà nhận lời em cầu khẩn.

Anh nhớ lại lời của cha Giám tỉnh ngỏ lời tạm biệt em trong lễ an táng ở Đền Thánh Martin Hố Nai: "máu của em đổ xuống trên miền Tây Nguyên này chắc chắn sẽ làm trổ sinh bông hạt. Chắc chắn sẽ tiếp thêm động lực cho anh em, sẽ giúp anh em ý thức hơn, dấn thân hơn, noi gương em".

Đúng thế, máu của em đã đổ xuống trên miền Tây Nguyên sẽ không trở nên vô ích nhưng như máu của Chúa Giêsu đổ ra trên Thánh Giá, như máu của 118 các Thánh Tử Đạo Việt Nam trong số có 38 vị của dòng Đa Minh đổ ra trên đất nước Việt Nam đã trổ sinh biết bao bông hạt cho Giáo hội và các linh hồn.

Em Thanh ơi, thánh tổ phụ Đa Minh của chúng ta khi "nằm xuống" Ngài đã hứa khi Ngài về bên tòa Chúa, ngài sẽ cầu bầu cho dòng chúng ta được phát triển rộng lan hơn. Nay khi em đã được "nằm xuống" em đã được về "đồng bàn" với Thánh Tổ phụ trên nước Trời - mà Dòng mới kỷ niệm 800 năm, em hãy xin Thánh Tổ phụ tiếp tục hun đúc, tiếp tục hâm nóng, tiếp tục thêm động lực cho các anh em trong Tỉnh dòng dấn thân noi gương em vì Nước Trời vì Chúa Kitô em nhé.

Mến chào người em hiền lành dễ mến và nhiệt thành.
Chúc em hãy yên nghỉ trong bình an của Chúa Kitô.

Requies in pace Domini Christi.

Lm. Antôn M. Z. Phan Tự Cường, OP
Trưởng Ban Truyền giáo Giáo phận Kon Tum.
Email: tcuongop@gmail.com. Phone 09885424488.

Bài viết này cũng được Cha Cường làm thành video clip: Dõi Theo Bước Chân Truyền Giáo Của Cha Giuse Trần Ngọc Thanh, OP: https://youtu.be/opldJLtMjTk. Chân thành cảm ơn cha An Bình đã cho phép dùng bài hát "Ôi Đẹp Thay" trong YouTube video của cha, https://youtu.be/asofiAYSeeM. Cảm ơn hai nhạc sĩ Y Nhon và Nguyen Dan tại Kon Tum đã cho phép tôi dùng nhạc đệm trong video clip tôi làm.

Gửi gió theo mây ngàn

Lm. Võ Viết Cường, OP

1. Chút gì còn lại

Tôi đến thăm em vào ngày đầu tiên của tháng Mười hai năm 2021; thăm lại vùng đất mà lần đầu tiên tôi đặt chân đến cách nay hơn mười năm về trước. Cảnh vật đổi thay khá nhiều; duy chỉ có ánh mắt và nụ cười của em vẫn nguyên vẹn như ngày đầu tiên em gia nhập học viện năm 2010 và rời khỏi đó cách nay hơn bốn năm trước.

Em từ tốn kể tôi nghe về kế hoạch mở rộng đất đai của cộng đoàn cũng như những dự phóng sắp tới. Em hào hứng giới thiệu về cơ ngơi của cộng đoàn, nhất là ngôi nhà nguyện bé bé xinh xinh còn thơm mùi gỗ mới. Tôi xuýt xoa khen đẹp, còn em thì nhanh nhảu hứa cho tôi bộ bàn thờ gỗ, bất cứ khi nào tôi cần. Tôi vui vẻ gật đầu. Coi như em nợ tôi một món quà.

Ngày 3 tháng 1 năm 2022, tôi hay tin em được chuyển vào Saloong để thi hành sứ vụ.

Ngày 14 tháng 1 năm 2022, em gửi cho tôi một số tấm hình chụp ngôi nhà tình thương Rôsa 1, được một người đàn anh tiền nhiệm xây dựng trước đó không lâu. Đó là những bức ảnh cuối cùng em gửi cho tôi; cùng với đó là lời đề nghị: "Em chuẩn bị xây nhà thờ, anh phụ với em nhé!" Chẳng có lý do gì để tôi từ chối đề nghị của em. Xem như tôi nợ em một lời hứa về một kế hoạch đong đầy sự thánh thiện.

Hơn 21 giờ, ngày 29 tháng 1 năm 2022, tôi nhận được tin em gặp nạn khi đang thi hành sứ vụ. Xoay sở mọi cách để có được những cập nhật mới nhất về tình hình sức khoẻ; đồng thời nguyện

cầu cho em sớm được tai qua nạn khỏi. Tiếc rằng, thông tin có được chỉ là những tiên lượng xấu từ các nhân viên y tế. Xe cứu thương lao vút trong đêm. Tiếng còi hụ xé toang bầu khí tĩnh mịch của núi rừng Tây Nguyên vào những ngày cuối năm âm lịch.

Đối với nhiều người, khi những lời nguyện cầu còn chưa dứt trên môi thì lại hay tin em đã rời xa dương thế. Thảng thốt, bàng hoàng là cảm xúc của tất cả mọi người khi hay tin người anh em của mình vừa nằm xuống. Ngước vọng trời cao, chợt nhận ra một vì sao vừa tắt. Tuy nhiên, tôi không thất vọng hay muộn phiền về điều đó bởi tin rằng, nó tắt ngúm nơi này nhưng chắc chắn sẽ rực sáng ở một nơi nào đó.

2. Khóc ai, ai khóc, bây giờ khóc ai?

Mùng 7 Tết, tôi cùng một số anh em ghé thăm ông cố; định bụng là chia sẻ với gia đình trước biến cố đau thương này. Thế nhưng, điều khiến cho ai nấy đều cảm thấy bất ngờ đó là: chính ông cố lại là người liên tục an ủi chúng tôi. Tình phụ tử thiêng

liêng và cao cả đến thế; nhưng thay vì tỏ lộ sự đớn đau và mất mát, ông cố lại không ngừng nhắc đến một sự bình an trong tâm hồn. Ông cười nói như thể con mình vừa nhận được phúc phần từ chính Chúa trao tay.

Chắc rằng một lúc nào đó, khi không còn ai bên cạnh, ngồi đối diện với di ảnh của con, ông cố sẽ không thể ngăn được cảm xúc của mình. Ông sẽ khóc, không phải vì cố tình tỏ ra yếu đuối để biết mình mạnh mẽ thế nào, nhưng đó là thứ tình cảm được cuộn trào lên từ đáy hồn của một người cha dành cho con cái mình. Dẫu thế nào thì chúng tôi cũng cảm thấy ấm áp hơn, an ủi hơn mặc dù vừa chịu cảnh mất đi một người anh em thương mến.

Mùng 10 Tết, tôi ghé thăm mộ phần của em. Mọi thứ thật sự khác biệt. Khói hương nghi ngút. Hoa nến chất đầy huyệt mộ. Dường như không ngớt những người đến nguyện cầu cho em. Tính ghé thăm để em vơi đi niềm hiu quạnh, nhưng khi nhìn thấy có quá nhiều người dành cho em sự quý mến, tôi bỗng thấy hốc mũi của mình trào dâng chút nồng cay. Thêm một lần nữa tôi thấy mình được nâng đỡ tinh thần.

Đêm muộn Cát Đàm (17.2.2022)

Lm. Giuse Võ Viết Cường, OP, đặc Trách Ban Tông đồ Tỉnh dòng Đa Minh Việt Nam, Tu viện Mân Côi, 90 Nguyễn Thái Sơn, Gò Vấp, Sài Gòn. https://catechesis.net/

Cúi Đầu Kính Cẩn Chào Em Lần Cuối

Linh Mục Giuse Trần Ngọc Thanh, OP
Bước Vào Cuộc Xuất Hành cùng Chúa Giêsu Chịu Tử Nạn

BS. Nữ tu Trần Như Ý Lan, CND
Đêm giao thừa Tân Sửu-Nhâm Dần 2022

Vào một ngày cuối năm Tân Sửu 2021, lúc đất trời chuyển mình đón Chúa Xuân, tôi bàng hoàng đọc tin trên Youtube: Một linh mục bị chém chết khi đang ngồi tòa giải tội, sau khi dâng Thánh lễ chiều thứ Bảy. Nhìn gương mặt thân quen trẻ trung, hiền lành của linh mục Giuse Trần Ngọc Thanh, Dòng Đa Minh, người học trò thương mến của tôi, trên trang cáo phó, tôi không tin được dù đó là sự thật. Xin phép gọi linh mục Ngọc Thanh bằng tiếng EM thân thương mà tôi vẫn gọi Em khi còn ở thế gian ni.

Em đã bị kẻ ác tàn độc chém vào đầu hai nhát chí mạng trong lúc đang thi hành sứ vụ linh mục cao cả, ban ơn tha thứ của Chúa cho các tội nhân. Nhìn hình ảnh máu lai láng quanh đầu Em, thân xác bất động, nước mắt tôi cứ rơi. Có lẽ trong đời, chưa bao giờ tôi lại khóc như vậy vào những ngày giao thừa, ngày của lễ hội, sum họp và niềm vui. Hình ảnh hiền lành và thông minh của em lúc đi học năm thần IV, Em luôn ngồi đầu bàn, hiện rõ trong trí tôi.

Nhiều trang mạng đưa tin nghi vấn uẩn khúc về cái chết tức tưởi của linh mục Giuse Ngọc Thanh. Tôi không bàn về chuyện ấy, vì việc ở ngoài tầm tay của tôi. Tôi chỉ nói lên một thoáng suy tư về cuộc ra đi lần cuối của Em, một linh mục trẻ đầy nhiệt huyết, tự nguyện xin đến phục vụ những người nghèo, những người bị gạt bên lề xã hội trên vùng đất gần biên giới Tây Nguyên. Cuộc đời dâng hiến của Em còn nhiều ước mơ, kế hoạch dang dở. Được biết mới là linh mục của Chúa bốn năm, lên vùng Tây Nguyên, Em đã hoàn thành bản dịch bộ Phụng vụ Thánh lễ (chuẩn bị xin phép Bề trên xuất bản) sang tiếng dân tộc để giáo dân tại đây tham dự Thánh lễ sốt sắng hơn. Bằng con mắt đức tin, nhiều người nhìn cái chết đau thương của linh mục Giuse như thánh giá Chúa gửi đến. Thật đúng thôi. Và khi linh mục Ngọc Thanh đón nhận thánh giá đời mình trong sự hiệp thông với Thánh Giá Chúa Giêsu Kitô, Thánh giá của Em mang lại ơn ích phần rỗi linh hồn cho chính Em và cho tha nhân.

Nhưng, cũng trong ánh sáng Tin mừng, tôi nhìn thấy cuộc ra đi trở về với Chúa của Em là một cuộc XUẤT HÀNH, như Tin mừng Luca tường thuật cuộc hiển dung của Chúa Giêsu, dung nhan Người tỏa sáng khi cầu nguyện; Người đàm đạo với ngôn sứ Êlia và Môsê về cuộc xuất hành sắp hoàn thành tại Giêrusalem, tức cuộc thương khó của Người. Cuộc thương khó này không được nhìn như biến cố bi thảm của sự chết, nhưng được nhìn như một cuộc Xuất Hành (x. Lc 9, 28-36). Đó là cuộc Xuất Hành của người Do Thái ra khỏi đất nô lệ Ai Cập để đi về Miền Đất mà Thiên Chúa hứa ban cho Dân Người[1]. Chúa Giêsu đi vào cuộc thương khó, chấp nhận đau khổ và cái chết, thế nhưng đó là Người thực hiện cuộc Xuất Hành cho chúng ta, đưa chúng ta ra khỏi miền đất của nô lệ tội lỗi, để tiến vào Miền Đất Hứa của Sự Sống. Đây là cuộc Xuất Hành đầy niềm Tin Yêu và Hy Vọng.

Tôi tin rằng linh mục Giuse Trần Ngọc Thanh khi đang thi hành Bí tích Hòa Giải cho các giáo dân, dung nhan Em cũng tỏa sáng, vì lúc ấy Chúa Giêsu đang hiện diện trong Em để tha tội cho hối nhân. Em đã đi vào cuộc Xuất Hành cùng với Chúa Giêsu để dẫn Dân Chúa vào Miền Đất Hứa của sự sống đời đời. Xin cúi mình kính cẩn chào Em. Giờ đây Em thanh thản hát vang:

"Tôi đã đấu trong cuộc thi đấu cao đẹp
Tôi đã chạy hết chặng đường
Tôi đã giữ vững đức tin
Giờ đây tôi chỉ còn đợi vòng hoa dành cho người công chính"
(2 Tm 4, 7-8a)

Vâng, Em đã ra đi về Thiên đàng để lãnh triều thiên của người công chính. Em đã trở nên một động lực nên Thánh cho tôi, cô giáo hèn mọn của Em, và cho nhiều anh em, bạn hữu, giáo dân nghèo của em còn đang chiến đấu trên đường lữ thứ trần gian. Xin cùng Em và Mẹ Maria cất tiếng thưa với Chúa: FIAT! MAGNIFICAT!

Nguồn: https://hdgmViệt Nam.com/chi-tiet/cui-dau-kinh-can-chao-em-lan-cuoi-linh-muc-giuse-tran-ngoc-thanh-op-44462

---

[1] Giám Mục Phêrô Nguyễn Văn Khảm, "Kinh Thánh 100 tuần", Tuần 99

Sr. Êlisabeth Trần Như Ý Lan thuộc dòng Đức Bà, tốt nghiệp bác sĩ tại Sài Gòn và đậu tiến sĩ thần học luân lý tại Mỹ. Soeur đang giảng dạy tại nhiều chủng viện và học viện như Đại chủng Sài Gòn, Học viện Công giáo, Học viện Dòng Tên, Don Bosco... Email: trannhuylan@gmail.com.

Viết cho linh mục vừa mới nằm xuống Giuse Trần Ngọc Thanh,

Lm. Antôniô Trần, SVD

Thế là hết, em đã ra đi như một vị tử đạo khi đang thi hành một nghĩa cử cao cả nhất của đời linh mục, là ngồi tòa để lắng nghe những hối nhân trở về với Chúa vào những ngày cuối cùng của năm Tân Sửu.

Hôm nay 31/01/2022, cũng là cuối năm âm lịch, em đã được chôn vào lòng đất mẹ cùng với anh em quá cố trong Dòng Giảng Thuyết tại nghĩa trang của Dòng ở Giáo phận Xuân Lộc. Tôi có cơ duyên được biết em khi thân phụ tôi được Chúa gọi về vào mùa Chay năm 2019, lúc đó em vừa được chịu chức vài tháng và được sai đi đến miền đất truyền giáo Kon Tum để thi hành sứ vụ truyền giáo.

Khi tôi từ Hòa Lan trở về thọ tang thân phụ, em có đến gặp tôi và muốn đồng tế thánh lễ tại gia vào buổi tối để cầu nguyện cho thân phụ tôi. Tôi mời em giảng lễ và em đã vui vẻ nhận lời, nhìn vóc dáng thư sinh và phúc hậu của em, ít ai nghĩ rằng lúc đó em đã 38 tuổi đời với lòng nhiệt huyết truyền giáo của một tu sĩ Dòng Đa Minh. Em có nói với tôi rằng, em từng đọc những bài chia sẻ truyền giáo của tôi khi tôi còn làm việc ở Paraguay và rất mong một ngày nào đó cũng được đặt chân đến một trong những quốc gia Châu Mỹ Latinh để thỏa lòng ước nguyện truyền giáo. Tôi có nói với em rằng Kon Tum cũng là vùng đất truyền giáo và cũng rất cần những người có tâm hồn truyền giáo và lòng đạo đức như em.

Vậy mà trưa Chúa nhật 30/01/2022, cha nguyên Tổng đại diện Giáo phận Kon Tum Phêrô Nguyễn Quang Đông điện thoại báo cho tôi rằng linh mục trẻ Dòng Đa Minh Giuse Trần Ngọc Thanh đã qua đời khi đang thi hành Bí tích Giải tội, bởi một tên máu lạnh đã chém cha từ phía sau và không thể cứu vãn được. Tôi bàng hoàng, choáng váng không tin đó là sự thật, dù chuyện đó đã xảy ra. Em ra đi khi vừa bước sang tuổi 41 và gần 4 năm trong tác vụ linh mục.

Sự ra đi của em quá bất ngờ. Mặc dù kẻ thủ ác dù sau đó đã bị bắt, nhưng theo một số nguồn tin cho rằng tên giết người man rợ này bị tâm thần. Một thuật ngữ nghe rất quen trong những năm gần đây. Thật vậy, khi các nhà thờ hay các linh mục bị tấn công cách dã man bởi một tên côn đồ nào đó thì liền sau đó biết ngay kết quả là tên côn đồ ấy bị tâm thần, thế là hết chuyện. Người ta nói con người mỗi ngày một gian xảo và độc ác hơn vì chính học thuyết vô thần chủ nghĩa đã dạy cho con người ta chỉ biết sống cho mình, không tin vào thần thánh, không tin vào sự thưởng phạt đời sau, chỉ biết chà đạp người khác để mình được tiến thân.

Những ngày truyền giáo ở Paraguay, một quốc gia có nhiều nhóm tội phạm, băng đảng và mafia nhưng họ rất nể phục các linh mục. Các nhà truyền giáo, dù có đôi lần cũng bị tấn công, nhưng chỉ là những tên say xỉn ngoài nhà thờ chứ chưa từng ai dám vào nhà thờ động thủ. Vậy mà em lại rơi vào trường hợp tang thương, khiến tôi không thể nào hiểu nổi tại một quốc gia như Việt Nam với lực lượng công an, dân phòng hùng hậu lại có những tên khát máu ngang nhiên xông vào nơi thánh thiêng để hạ sát cách man rợ một linh mục đang thi hành sứ vụ.

Em đã ra đi như một vị tử đạo của thế kỷ XXI. Rồi đây, công lý sẽ được sáng tỏ và em sẽ được ghi vào sổ sách của một giai đoạn mới, dù em chưa làm được nhiều điều trọng đại như các vị tiền bối. Có lẽ ông cố, thân phụ của em và những người thân trong gia đình em sẽ rất buồn về sự ra đi đột ngột của em.

Giờ này, em và bà cố đang đoàn tụ sau nhiều năm xa cách. Em đã hoàn thành tốt vai trò của một vị mục tử trẻ ở vùng đất truyền giáo Kon Tum còn nhiều khó khăn. Rất nhiều người thương tiếc em, trong đó có anh. Em hãy yên nghỉ và đừng quên nguyện cầu cho gia đình, cho ông cố, cho những vị thừa sai đang làm việc ở Kon Tum, trong đó có các anh em cùng Dòng Giảng Thuyết.

Lm. Antôn Trần Xuân Sang, SVD, Bề trên Cộng đoàn Nhà Chính,
38 Võ Thị Sáu, Nha Trang, https://ngoiloivn.net

Cha Giuse Trần Ngọc Thanh và Điều Thiện Thứ Ba:

Tử Vì Đạo Trong Sứ Mạng Truyền Giáo và Tính Khả Dụng Tuyệt Đối

Lm. Cyprian Consiglio, OSB Cam.

Cách đây không lâu, tôi hướng dẫn một buổi Tĩnh Tâm cho một nhóm Nữ Tu Đa Minh, và một trong những bài nói chuyện là Ba Điều Thiện – triplex bonum – đặc biệt Điều Thiện Thứ Ba như một lối dẫn bàn về ơn gọi sống thánh thiện của mỗi Kitô hữu.

Cuối thế kỷ 19, người ta khám phá một văn kiện cổ được biết đến là "Đời Sống Của Năm Sư Huynh" do Bruno Boniface thành Querfort, một trong những môn đệ đầu tiên của đấng sáng lập dòng Camaldoli, thánh Romuald. Bruno cắt nghĩa nguồn gốc của triplex bonum "Ba Điều Thiện" theo cách sau đây: Hoàng Đế Otto yêu cầu Romuald gửi một số môn đệ của ngài đến vài vùng xung đột và khắc nghiệt nhất ở u Châu như những nhà truyền giáo, với ý thức rõ ràng rằng việc này có thể dẫn đến tử vì đạo. Ba Điều Thiện được biết đến là sự cô tịch, cộng đoàn, và yếu tố thứ ba hoặc là evangelium paganorum – phúc âm hóa dân ngoại, hoặc là martyrium – tử vì đạo. Thật vậy, trong cố gắng của một vài thế hệ đầu của các tu huynh Romualdi đã bị giết chết, Benedict và John và ba đồng bạn bị giết ở Ba Lan, và chính Bruno Boniface cùng với 18 đồng bạn bị giết ở Hungary. Điều đáng ghi nhận về những vị tử vì đạo đầu tiên, Benedict và John, là không phải họ được sai đi để hoạt động truyền giảng phúc âm, nhưng thuần túy chỉ là hiện diện chiêm niệm trong những vùng đất thù hiểm. Cũng đoán biết trước là khả năng tử vì đạo có thể xảy ra.

Một thế kỷ sau khi khám phá ra văn kiện Ba Điều Thiện, Hiến Pháp hiện tại của dòng Camaldoli được hiệu đính năm 1993 để phản ánh triplex bonum (Ba Điều Thiện): "Đặc tính của truyền thống Camaldoli là sự hợp nhất của đời sống cộng đoàn ẩn tu chứa đựng trong ba điều thiện của coenobium-solitudo-evangelium paganorum [cộng đoàn – cô tịch và phúc âm hóa."[1] Ba Điều Thiện này hình thành một động lực tuyệt vời và đem đến khả năng sáng tạo lớn lao trong lối sống tu, đặc biệt nếu chúng ta nghĩ đến Điều Thiện Thứ Ba như một phổ cập tổng thể với hai khía cạnh: 1) ngay cả khi không được gửi đến những vùng truyền giáo xung đột, mỗi nam tu hay nữ tu nên mang trong mình sức mạnh của điều thiện thứ ba, và 2) có lẽ đây là cách diễn tả điều mà đời sống mỗi Kitô hữu nên có.

Cho dù Điều Thiện Thứ Ba nguyên thủy được coi là evangelium paganorum (phúc âm hoá dân ngoại) hay martyrium (sự tử vì đạo), nhiều người trong chúng ta không muốn gọi như thế. Trong thời hiện đại đôi khi điều thiện thứ ba được kể chung đơn giản với đối thoại hay với tính hiếu khách hay mục vụ tổng quát, nhưng như thế chứa đựng nguy cơ bị tan biến hay bị thuần hóa. Tôi thích nhắc đến nó như "Tử đạo vì sứ mạng truyền giáo" vì nó chuyển tải một vài những ý nghĩa ngoại thường: làm điều mà không phải mọi người khác chọn để làm hay đi đến nơi mà không ai khác muốn đến. Đây là lý do khiến tôi nghĩ đến điều này đơn giản là tính khả dụng tuyệt đối và cũng trở thành mục đích chung cho mọi môn đệ thật của Đức Giêsu, như Ngài nói với Phêrô: "… Khi đã về già, anh sẽ phải dang tay ra cho người khác thắt lưng và dẫn anh đến nơi anh chẳng muốn" (Ga 21:18). Đời sống cộng đoàn tu không phải là cùng đích – nhưng chỉ là phương tiện. Ngay cả một đời sống cô tịch khổ chế được tôn vinh và tôn kính cũng không tự nó là đích- nó cũng chỉ là một phương tiện. Cùng đích của đời sống chúng ta, những người theo Tin Mừng Đức Giêsu, là tính khả dụng tuyệt đối: đi bất cứ nơi đâu và làm bất cứ điều gì Thần Khí cần chúng ta, dù là chăm sóc một đồng môn bệnh tật, phục vụ như một bề trên dòng tu hay cộng đoàn, hay đem tin mừng đến vùng đất thù nghịch đạo giáo/ bất cứ điều gì đem chúng ta ra khỏi vùng an toàn thoải mái và đi vào lĩnh vực trao ban toàn vẹn chính mình.

Một học giả của chúng tôi dịch lời nổi tiếng trong Bản Tóm Tắt Luật của thánh Romuald: "Trút bỏ hoàn toàn chính mình và ngồi chờ đợi, bằng lòng với ơn thánh của Thiên Chúa." Tuy nhiên từ ngữ Latin

---

[1] Hiệu đính của tất cả những trích xuất I, 3 của Hiến Pháp và Tuyên Ngôn, 1993.

thật sự là "destrue", mà tiếng Ý dịch ra là "anientati" – "triệt tiêu chính mình" và ngồi chờ đợi! Một học giả khác của chúng tôi dùng từ ngữ mạnh mẽ hơn trong bản dịch: "Hãy tiêu hủy mình hoàn toàn và ngồi chờ đợi…"² Có lẽ có một từ dịch khác dù không thi vị nhưng tóm được trọng lượng của từ Latin tốt hơn hết là: destrue (phá huỷ)… từ đối nghịch với "construct" (xây dựng), và như thế "de-construct – phá hủy mình hoàn toàn và ngồi chờ đợi, bằng lòng với ơn thánh Thiên Chúa." Đây là điều một ẩn sĩ đáng làm trong tịnh phòng cô lập của mình. Mặt khác, điều thiện thứ ba, tử đạo vì sứ mạng truyền giáo, được liên kết với một cụm từ tuyệt vời của thánh Phaolô nhưng ở đây được diễn đạt bằng tiếng Latin: cupientibus dissolvi et esse cum Christo; điều thiện thứ ba là cho những ai "khao khát được hoà tan và ở cùng với Đức Kitô (Phil 1:23)."³ Thường cụm từ này được dịch trong Kinh Thánh là "tôi ao ước được ra đi và được ở với Đức Kitô" hay "tôi ao ước được hoà tan để kết hợp cùng với Đức Kitô". Điều tuyệt diệu ở đây là lời khuyên dành cho người đi truyền giáo và dành cho đan sĩ ẩn tu đều giống nhau: tiêu hủy bản thân mình và ngồi chờ đợi; hoà tan thân mình và cho đi toàn vẹn chính mình.

Cùng đích không là một ẩn sĩ, một nhà truyền giáo, hay một thành viên trong cộng đoàn; cùng đích (the telos) là vượt trên chính mình, trút bỏ chính mình; cùng đích là cho chính con người mà ta xây dựng được hoà tan, như men trong bột, như muối cho đất, như hạt giống rơi vào đất và chết đi. Nếu tôi là một ẩn sĩ, thì lối sống cô độc khổ hạnh mà tôi được mời gọi sống–một cách nào đó là chết đi khao khát có được sự đồng hành và khẳng định tình bạn hữu của con người, chết đi cho những ước vọng ngay cả những thú vui hợp pháp để được ở một mình với Đấng Đơn Độc. Nếu tôi là nhà truyền giáo, tôi đặt vùng an toàn thoải mái và có lẽ ngay cả những an toàn cho bản thân của tôi qua một bên và để toàn thân tôi có tính khả dụng tuyệt đối cho Thần Khí. Nhưng ngay cả nếu tôi "chỉ đơn thuần" sống đời

---

² VF, 32.

³ VF, 2. Từ Latin dissolvi có nghĩa là "tan biến hay phân tán" mà tiếng Ý dịch ra từ scioglersi - "phân tán hay tháo gỡ."

sống giản dị trong cộng đoàn, đích của tôi cũng là vượt ra khỏi tính con người tự nhiên của bản thân tôi.

Khi tôi mô tả điều thiện thứ ba trong dịp tĩnh tâm với nhóm các nữ tu Đa Minh, một Soeur trong nhóm của họ đã hăng say kể cho tôi nghe câu chuyện cảm động của linh mục trẻ Giuse Trần Ngọc Thanh. Chúng tôi đồng ý rằng vị tu sĩ này, người chọn cam kết sống và phục vụ người nghèo trong vùng cao nguyên xa xôi ở giáo điểm Sa Loong là một gương mẫu sáng chói của tính khả dụng tuyệt đối, và trao ban toàn vẹn bản thân mình cho việc phục vụ Tin Mừng. Tính khả dụng tuyệt đối của Cha Giuse Thanh cho Thiên Chúa được mở rộng đến với mọi người Dân Chúa, đặc biệt là những người cần nhất đến sự giúp đỡ. Cha Giuse Thanh đã sử dụng tài năng Thiên Chúa ban của yêu thương và hy vọng, của tình bạn, của trí thông minh và tài sáng tạo để xây dựng Giáo Hội/ gia đình của Thiên Chúa. Cha học ngôn ngữ của những người cha phục vụ và dịch sách phụng vụ thành tiếng dân tộc bản xứ để họ hiểu rõ hơn và khả dụng cho họ. Cha vui chơi với các em nhỏ và dạy chúng; cha hợp tác với những người trí thức và cho phép họ dạy cha. Dù cái chết của cha rất bất ngờ, cha Giuse Thanh đã ở nơi Ngài chọn để ở: khả dụng tuyệt đối cho Thiên Chúa và cho dân Ngài. Xin Cha và tất cả các Thánh những người hiến mạng sống mình vì Đức Kitô trở nên những gương sáng của ý nghĩa hạt giống rơi vào lòng đất và chết đi, và như thế sẽ đem đến một mùa gặt dồi dào và sung mãn nhất.

Cha Cyprian Consiglio là một đan sĩ dòng Camaldoli, một nhạc sĩ sáng tác, nhà văn và nhà giáo. Âm nhạc và những gì cha dạy xoay quanh Ơn Gọi Hoàn Vũ Đến Với Chiêm Niệm qua linh đạo và nghệ thuật. Cha đã có những thánh nhạc phụng vụ được thu dĩa và đã xuất bản ba cuốn sách: (Cầu Nguyện Trong Cõi Lòng; Thần Khí, Linh Hồn, Thân Xác; Thiên Chúa Đấng Sinh Ra Bạn) và rất nhiều những bài viết về linh đạo, nhạc và phụng vụ. Cha Cyprian đi thuyết giảng nhiều nơi ở Ấn Độ, Âu Châu, Á Châu, và Trung Đông, trình diễn cũng như học hỏi và giảng dạy; Cha đã có nhiều công trình liên quan đến đối thoại liên tôn. Cha là Tu Viện Trưởng Tu viện New Camaldoli ở Big Sur, California, USA.

4

Trong
Ánh sáng
Lời Chúa

PHÚC & HỌA

Bài giảng Thánh lễ an táng cha Giuse Trần Ngọc Thanh, OP
(Lc 16,19-31; Gr 17,5-10)

Lm. Matthêu Vũ Văn Lượng, OP

Kính thưa cộng đoàn,

Chúng ta đang sống những giờ phút cuối cùng của năm cũ Tân Sửu 2021 và chuẩn bị đón chào Năm Mới Nhâm Dần 2022.

Trong những giờ phút cuối cùng này, ai ai trong chúng ta cũng mong cho mình trong Năm Mới được phúc, được an, được lành cả. Thế nhưng, phúc đâu chẳng thấy, lại thấy họa ập đến. Cái họa ập đến trên người mà chúng ta lại không thể ngờ được là chính cha Giuse Trần Ngọc Thanh đây. Và cái họa này có thật là họa chăng?

Trong Tin mừng Luca chương 6, thánh nhân nói đến 4 mối phúc và 4 mối họa để cho con người thấy đâu là phúc thật để sống và đâu là mối họa để tránh. Và dụ ngôn ông nhà giàu và anh Ladarô nghèo khó chúng ta vừa nghe là nhằm minh hoạ cho 4 mối phúc và 4 mối hoạ này.

Có phải ông nhà giàu bị phạt vì ông ta giàu có, có dư thừa của cải, hay ăn mặc toàn lụa là gấm vóc? Không phải, ông bị phạt vì không để tâm đến người khác, không thương đến Ladarô đang ngồi trước cửa mong chờ những miếng bánh vụn từ bàn ăn rớt xuống. Ông không có lòng thương xót và là người ích kỷ.

Trong mối phúc và mối hoạ, chúng ta thấy xuất hiện 2 con người trái ngược nhau.

Điều mà con người cho là hoạ (tượng trưng Ladarô) thì xem ra lại là phúc, vì con người đó có tương quan đích thực. Sách Thánh miêu tả hình ảnh Ladarô có vẻ thảm thương, cô độc, hẩm hiu, nhưng thực ra Ladarô lại là người có tương quan, một tương quan như thầm kín, nhưng là người có bạn có bè: nào là những con chó đến gần ông, rồi khi chết ông có các thiên thần nâng đỡ, ông được ngồi trong lòng tổ phụ Ápraham, và hơn thế nữa, ông còn có Thiên Chúa trợ giúp, bởi vì Ladarô, tên của ông, nghĩa là "Thiên Chúa trợ giúp".

Còn ông nhà giàu thì ngày ngày yến tiệc linh đình, mặc toàn lụa là gấm vóc, nhưng ông không có bạn có bè, không có tên gọi. Đó là hậu quả của lối sống trọc phú, không biết chia sẻ, không biết chạnh lòng thương. Đó là điều mà người ta tưởng là phúc thì lại là hoạ. Cái hoạ đến tột cùng ở chỗ: ông là người vô danh trước mặt Thiên Chúa và mọi người: ông không có tên.

Ngôn sứ Giêrêmia, trong bài đọc I, cũng cho chúng ta thấy cái hoạ của kẻ tin ở người đời và cái phúc của kẻ đặt niềm tin vào Đức Chúa.

Kẻ tin ở người đời sẽ như bụi cây trong hoang địa, chẳng được thấy hạnh phúc bao giờ, mà hạnh phúc có đến cũng chẳng nhìn ra, và ở mãi trong vùng đất mặn, không một bóng người cư trú, không có tương quan, không có bạn hữu.

Còn kẻ đặt niềm tin vào Đức Chúa thì như cây trồng bên dòng nước, mùa nóng có đến mà lá trên cành vẫn xanh tươi; hạn hán có tới mà cây vẫn không ngừng trổ sinh hoa trái.

Ngôn sứ Giêrêmia dù có đơn độc, bị đồng bào khinh dể, nhưng ông vẫn có tương quan với Chúa, và vì thế, ông mới là người có hạnh phúc đích thực.

Ngôn sứ Giêrêmia cũng như Ladarô mới là người có phúc thực sự như trong Thánh vịnh thứ nhất nói:

"Người ấy tựa cây trồng bên dòng nước,
cứ đúng mùa là hoa quả trổ sinh,
cành lá chẳng khi nào tàn tạ.
Người như thế làm chi cũng sẽ thành.
Ác nhân đâu được vậy:
chúng khác nào vỏ trấu gió thổi bay.
Nên ngày xử án, bọn ác nhân làm sao đứng vững,
quân tội lỗi đâu được hợp đoàn với chính nhân!" (Tv 1,3-5)

Thưa cộng đoàn,

Cha Giuse Trần Ngọc Thanh, có thể nói, là một con người đạo hạnh, hiền lành, chất phác. Điểm đặc biệt ai cũng nhận ra nơi cha, đó là một con người luôn tươi cười và rất quý trọng con người. Có thể nói, cha đã sống tinh thần của anh Ladarô: một con người phúc hậu và thân ái hiện rõ nơi khuôn mặt, lời ăn, tiếng nói và cung cách cư xử của cha.

Thế thì cái mà chúng ta xem là họa đối với cha qua cái chết đầy thương tâm thì là họa thật dưới mắt người đời, nhưng lại là cái phúc đối với những người có lòng tin.

Cái phúc ở chỗ, như anh Ladarô, cha có một tên gọi trước mặt Chúa và mọi người, cha có tương quan thân tình nghĩa thiết với mọi người, cha có tình thương với mọi người, nhất là những người nghèo khổ nơi cao nguyên núi rừng, cha là người hùng dám hy sinh vì đoàn chiên bất kể mạng sống mình.

Chúng ta tin chắc rằng Chúa sẽ ân thưởng hạnh phúc Nước Trời cho cha Giuse như cho anh Ladarô: được ở trong cung lòng của Chúa.

Sách Thánh đã cho chúng ta thấy đâu là phúc thật và đâu là hoạ của đời người. Và để sống được mối phúc và tránh được mối hoạ, chúng ta không thể bắt chước như ông phú hộ muốn cho các anh em ông được sống bằng cách xin Chúa cho phép lạ người chết hiện về, mà không dùng đến Sách Thánh.

Ngôn sứ Giêrêmia, anh Ladarô và cha Giuse đây đã sống được các mối phúc là vì biết dùng Sách Thánh làm kim chỉ nam dẫn lối đưa đường.

Xin Chúa cho chúng ta biết dùng chính Sách Thánh là Lời Chúa mà soi vào cuộc đời chúng ta, để thấy đâu là phúc mà theo, và thấy đâu là hoạ mà tránh. Amen.

Lm. Matthêu Vũ Văn Lượng, OP, Giáo sư Kinh Thánh tại Học viện Đa Minh, Gò Vấp, Sài Gòn. Ngài là nghĩa phụ của cha Giuse Thanh, đã chia sẻ Lời Chúa trong Thánh lễ mở tay và trong Thánh lễ an táng của cha Giuse Thanh.

Xin xem: *Không cầm được nước mắt nhìn lại hình ảnh Cha Giuse Trần Ngọc Thanh* (https://www.youtube.com/watch?v=ZjCZb3GCcbc)

và *Thánh Lễ An Táng Lm. Giuse Trần Ngọc Thanh, OP, Tại TV Martin* (https://youtu.be/7n5FJUJgpHE).

Người xin ông chèo thuyền ra xa bờ một chút

(Lc 5,1-11)
Sr. Tuyết Mậu, RNDM

Những ngày cuối năm Tân Sửu 2021, mọi người bàng hoàng, khi nghe tin một anh em tu sĩ linh mục Dòng Đa Minh đang phục vụ trên vùng đất Tây Nguyên bị chém chết. Anh bị chém ngay nơi Anh thi hành sứ mệnh trao ban Bí tích Hòa Giải. Những ánh mắt bàng hoàng, những nỗi lòng se sắt, những tiếng khóc nấc nghẹn với tâm tư trĩu nặng của bao người chứng kiến và hiện diện trong buổi đưa tiễn Anh. Vì chẳng ai biết được lý do và cũng chẳng trả lời được câu hỏi: "Vì sao người anh em tu sĩ linh mục ấy phải chết với cái chết thương tâm đến thế?"

Tại sao lại là Anh? Tại sao Anh lại bị giết? Tại sao Anh lại chết với một cái chết tức tưởi đầy oan nghiệt? Anh chỉ là một thanh niên khá trẻ trong tuổi đời linh mục. Anh chỉ là một tu sĩ rất hiền lành, khá thông minh, với lòng quảng đại và đầy nhiệt huyết để sống cho lý tưởng truyền rao Tin mừng. Có lẽ Anh cũng rất hạnh phúc và luôn vui tươi với sứ mạng dấn thân cho người nghèo. Vì bức hình nào của Anh cũng toát lên nụ cười thanh thản, nhẹ nhàng và yêu thương khi hiện diện với người khác. Vậy tại sao người thanh niên ấy, người tu sĩ linh mục ấy lại bị chém ngay vào đầu, và sọ Anh vỡ đến nỗi không thể nào cứu sống.

Cũng như bao người, hình ảnh của người tu sĩ linh mục ấy cứ theo tôi trong lời kinh, tiếng nguyện. Mang tâm trạng vừa xót xa, vừa buồn bã, đau đớn và cả sự sợ hãi về bóng tối sự dữ đang bủa vây khắp nơi, đe dọa sự sống của biết bao anh chị em đang sống nơi vùng truyền giáo hẻo lánh, xa xôi. Cùng lúc là những nỗi niềm băn khoăn vì câu hỏi về cái chết đầy bí ẩn của Anh khiến tâm tôi chẳng thể an, trí tôi chưa thể bình vì không tìm được lời giải đáp từ nhiều phía.

Nhưng rồi, tôi bỗng nhìn thấy hình ảnh của: "Đức Giêsu đang đứng ở bờ hồ Ghennêxarét, dân chúng chen lấn nhau đến gần Người để nghe lời Thiên Chúa." Tôi cũng nhìn thấy Anh, người tu sĩ linh mục đang ở đó. Anh đang đi lên từ phía bờ hồ "Ghennêxarét" tại vùng đất gần biên giới Tây Nguyên. Anh cùng với Simôn và các bạn chài đã ra khỏi thuyền và đang giặt lưới vì suốt một đêm mọi người đã rất vất vả nhưng chẳng bắt được con cá nào cả. "Ông Simôn đáp: "Thưa Thầy, chúng tôi đã vất vả suốt đêm mà không bắt được gì cả."

Khi Anh bước ra khỏi thuyền, chiếc thuyền mà Anh dong duổi suốt 41 năm làm người trên dương thế, với 11 năm khấn dòng và 4 năm thi hành tác vụ linh mục. Anh cùng với mọi người đang giặt lưới đời mình vào những ngày cận Tết Nguyên Đán Nhâm Dần. Anh ở đó, nơi tòa giải tội cùng với Thầy Giêsu. Nơi đó, Anh đã nhìn thấy đám đông dân chúng nghèo nàn đang vô cùng háo hức nghe Lời Sự Sống. Đám đông ấy nghèo nàn về mọi phương diện, họ như mảnh đất khô cằn khát khao được nghe Lời tuôn đổ sự sống, niềm tin và sự hy vọng. Đám đông ấy là những con người đã và đang bị gạt ra bên lề xã hội, là những con người bị bỏ rơi ngay nơi vùng đất mà họ được sinh ra tại Tây Nguyên trên Giáo họ SaLoong, Giáo xứ Đăk Mót, Giáo phận Kon Tum.

Nên khi được biết đến Thầy Giêsu, Đấng có thể cho họ sự sống mới thì họ "chen lấn nhau đến gần Người để nghe lời Thiên Chúa." Khi ấy, Người nhìn thấy Anh và những chiếc thuyền trống của Anh: "Người thấy hai chiếc thuyền đậu dọc bờ hồ, còn những người đánh cá thì đã ra khỏi thuyền và đang giặt lưới. Đức Giêsu xuống một chiếc thuyền, thuyền đó của ông Simôn, và Người xin ông chèo thuyền ra xa bờ một chút. Rồi Người ngồi xuống, và từ trên thuyền Người giảng dạy đám đông." Người đã xuống thuyền của Anh và ngồi trên thuyền đời Anh, Người ở đó và giảng dạy đám đông dân chúng. Người còn xin Anh: "chèo thuyền ra xa bờ một chút... Chèo ra chỗ nước sâu mà thả lưới bắt cá." Thật là một thách đố quá lớn, vượt sức hiểu biết của Anh và tất cả mọi người. Cũng như Simôn, anh đáp: "Thưa Thầy, chúng tôi đã vất vả suốt đêm mà không bắt được gì cả. Nhưng vâng lời Thầy, tôi sẽ thả lưới." Vì vâng lời hay đúng hơn, là vì tin vào Người mà Anh chấp nhận chèo ra chỗ nước sâu mà thả lưới? Có lẽ, vì Anh tin vào Thầy Giêsu. Anh tin, vì anh đã có kinh nghiệm gặp Thầy Giêsu nhiều lần trong đời của Anh. Anh tin, vì Anh từng chứng kiến những lần chữa lành của Thầy cho chính Anh và cho nhiều người quanh Anh. Bởi thế, Anh đã can đảm để chèo ra chỗ nước sâu mà thả lưới.

Chiếc lưới anh thả xuống biển là chiếc lưới cuộc đời của Anh. Lưới đời Anh buông xuống biển cả thế gian với bao sóng gió thét gào, biển cả nơi chất chứa bao sự dữ trong lòng dương thế, biển cả của những trớ trêu, bất công và mù tối trong xã hội loài người. Nhưng vì vâng lời Người và tin vào Người mà Anh đã thả xuống.

Rồi Anh đã cùng các bạn của mình kéo lên biết bao nhiêu là cá bằng chiếc lưới đời mình. Những con cá là những tiếng cười của biết bao trẻ thơ khi được biết đến cái chữ, con số, biết đến tình yêu thương và sự chăm sóc xứng đáng như một con người. Lưới đầy những cá của anh chị em đồng bào dân tộc thiểu số được biết đến thế nào là sự tôn trọng, được lắng nghe và quan tâm đến những nhu cầu tối thiểu để nâng cao phẩm vị làm người. Chiếc lưới ấy cũng đầy những cá của lòng quảng đại, sự vị tha và việc hy sinh để làm tai, làm mắt, làm miệng, làm tay, làm chân cho những người cô thân yếu thế, những người không có tiếng nói hay ngôn ngữ để hiểu hết những gì người khác muốn nói với mình.

Hôm nay, chiếc lưới đời anh đã buông xuống và được kéo lên. Con thuyền của đời anh cũng đã neo lại bên bờ hồ của sự sống làm người. Anh đã ra khỏi chiếc thuyền và giặt lưới đời mình sau khi hoàn thành một hành trình với đức Vâng phục là ra chỗ sâu mà thả lưới. Nay chiếc thuyền đời anh cùng với chiếc lưới mà anh cần mẫn đan dệt trong 41 năm qua đã được giặt trong máu của Đức Kitô Giêsu hòa lẫn với máu của Anh tại Giáo phận Kon Tum.

Tôi tin, Anh của ngày hôm nay đã hiểu và cảm nếm trọn vẹn câu mà Đức Kitô Giêsu đã nhắn nhủ môn đệ của Người: "Đừng sợ, từ nay anh sẽ là người thu phục người ta." Anh hôm nay không còn sợ hãi. Chiếc thuyền đời Anh đã neo lại bên bờ: "Thế là họ đưa thuyền vào bờ, rồi bỏ hết mọi sự mà theo Người." Đúng là lúc này, Anh đã bỏ hết mọi sự mà theo Người, Đấng mà Anh đã chân nhận: "Đường chân lý, này con đã chọn" (Tv 119, 30).

Khi nghĩ về Anh và nhìn Anh trong biến cố đau thương vừa qua dưới ánh sáng Tin mừng của thánh Luca 5,1-11, tôi nghiệm ra rằng: để nhìn thấy Đức Giêsu và can đảm nghe lời mời gọi của Người như Anh, thật sự là một thách đố kinh khủng. Khi nghe Tiếng của Người: "hãy bước xuống lại chiếc thuyền đời mình", chiếc thuyền mà tôi ngồi trên đó và đã vất vả suốt đêm nhưng chẳng bắt được con cá nào. Nay Người thấy thuyền tôi đã "đậu dọc bờ hồ" nơi cuộc đời này. Thì Người đã chọn và bước xuống. Người lên thuyền của tôi và ngồi trên thuyền tôi, "Người xin tôi chèo thuyền ra xa bờ một chút". Điều này, quả thật là không dễ dàng cho tôi. Vì với kinh nghiệm không biết bao nhiêu lần đã phải đối diện với bao sóng gió, bão tố của biển cả; tôi đã phải vật vã chiến đấu với bóng tối của đầy rẫy sự dữ trong biển cả ấy. Chiến đấu với sự dữ bằng sức lực của một con người hạn hẹp, tôi cảm nghiệm và kinh nghiệm được như thế nào là sự sợ hãi. Sự sợ hãi ấy nhiều lúc làm tôi tê liệt vì những bóng tối, bóng mờ và sức nặng của nó thực sự là quá lớn và dễ dàng đè bẹp tôi dưới cái bóng vô hình của nó.

Hôm nay, từ bài học làm chứng cho Đức Kitô Giêsu của Anh. Tôi cảm thấy mình can đảm hơn để đối diện với sóng gió đời mình. Tôi xin Anh cầu nguyện cho tôi để tôi biết bắt đầu bài học dám tin và dám liều để: "Đức Giêsu xuống một chiếc thuyền, thuyền đó của ông Simôn, và Người xin ông chèo ra xa bờ một chút."

Nguồn: https://dbtgvn.net/suyniem/detail/2689

> *Sr. Maria Phan Thị Tuyết Mậu, RNDM, là Nữ tu Dòng Đức Bà Truyền giáo và từng là Giám tỉnh của Dòng. Nay soeur đang là chuyên viên tư vấn tâm lý cho các học sinh bị khủng hoảng do thời cuộc xã hội hôm nay. https://dbtgvn.net/*

Hạt lúa mì

mang tên
Giuse Trần Ngọc Thanh, OP

(Ga 12, 23-26)
Lm. Anmai, CSsR

Chẳng ai muốn đón nhận cái chết đau thương như trường hợp của cha Giuse Trần Ngọc Thanh. Thế nhưng rồi qua cái chết của cha Giuse, mọi người cùng nhau dừng lại để nhìn cuộc đời của cha, nhìn hành trình truyền giáo của cha, của Tỉnh dòng Đa Minh Việt Nam và của Giáo phận truyền giáo Kon Tum.

Ai ai cũng biết về sự ra đi nghiệt ngã của Cha. Sát nhân đã không ngần ngại để xuống nhát dao giết chết một linh mục đang thi hành sứ vụ mục tử mà Nhà Dòng cũng như Giáo phận trao phó.

Bên ngoài, xem chừng ra đau đớn và thậm chí là đắng cay nhưng cái chết của Cha Giuse làm cho nhiều người đã quy hướng về một giáo điểm trên cao: Sa Loong.

Sa Loong cũng chỉ là một tên gọi, một mảnh đất xem chừng ra nhỏ đến độ không ai biết đến ngoại trừ những người sống trên nó. Thế nhưng rồi Sa Loong lại sáng lên, rực lên, lung linh bởi nó là nơi, là dấu chứng của sự chết trong đau thương của Cha Giuse.

Nghĩ về sự cái chết của cha Giuse, ta liên tưởng đến hạt lúa mì gieo xuống đất và chết đi.

Sống và chết là qui luật tự nhiên của muôn loài muôn vật. Chết là một cách để phát sinh sự sống mới, như Chúa Giêsu đã nói: "Nếu hạt lúa gieo vào lòng đất không chết đi, thì nó vẫn trơ trọi một mình; còn nếu chết đi, nó mới sinh được nhiều hạt khác" (Ga 12, 24).

Nghĩ như vậy, ta thấy chết là một sự thay đổi cách thể hiện hữu ở một mức độ phong phú hơn nhiều. Chúa Giêsu gọi giờ chết trên thập giá của Người là "giờ Con Người được tôn vinh". Cũng từ đó, Người đưa ra một nguyên tắc sống: "Ai yêu quý mạng sống mình, thì sẽ mất; còn ai coi thường mạng sống mình ở đời này, thì sẽ giữ lại được cho sự sống đời đời" (Ga 12, 25).

Ai mà chẳng yêu quí mạng sống mình; chẳng ai muốn đau thương hay chết chóc. Nhưng sống mà chỉ lo chiếm hữu và hưởng thụ, ta sẽ trở nên trơ trọi như hạt lúa giống không chịu vùi chôn. Cũng vậy, chẳng ai lại coi thường mạng sống mình, nhưng nếu coi trọng nó đến nỗi thành nô lệ cho chính mình, thì khác nào ta nuôi dưỡng một cái xác không hồn. Người ta nghĩ có được danh lợi quyền hành là vẻ vang, nhưng Chúa Giêsu coi thập giá là vinh quang. Người dạy chúng ta, từ sự chết mới có sự sống, chỉ bằng cách hy sinh mạng sống, chúng ta mới giữ được sự sống; chỉ nhờ phục vụ, chúng ta mới trở nên cao cả. Qua những kinh nghiệm đau thương và buông bỏ, ta mới thấy mình được khi chấp nhận mất, thấy mình nhận lãnh khi chấp nhận cho đi. Như con ốc sên chỉ bò được khi chui ra khỏi vỏ, ta chỉ sống dồi dào khi ra khỏi những bận tâm và so đo tính toán cho mình để sống tình yêu.

Hẳn ta còn nhớ Lời kinh Hòa Bình mà ta vẫn hát phải trở thành nguyên lý sống cho cuộc đời ta: "Chính khi hiến thân là khi được nhận lãnh, chính lúc quên mình là lúc gặp lại bản thân…". Suy nghĩ như vậy để rồi từ đó ta mới hiểu rằng, sống và chết là hai hành vi trao đổi cho nhau trong từng giây phút và từng biến cố của đời mình.

Cha Thanh đã nằm xuống trên mảnh đất truyền giáo Tây Nguyên như phần nào nói lên sự khó khăn và cả sự khắc nghiệt đến độ mất mạng nơi mảnh đất đau thương này.

Ở những nơi sung túc và ổn định, linh mục đâu phải trữ trong túi áo lễ của mình những cái bánh, những cây kẹo để làm quà cho trẻ nhỏ.

Ở những nơi sung túc và ổn định chắc có lẽ không cần đến những hệ thống nước lọc. Chắc có lẽ cha cũng chạy vạy nơi này nơi khác để mang lại nguồn nước sạch cho dân. Khoảng không gian còn lại bên máy lọc nước nào ngờ là nơi mà cha đã đổ máu ra để minh chứng cho tình yêu và cuộc đời dâng hiến của cha.

Ở những nơi sung túc và ổn định chắc có lẽ không phải đón nhận cái chết đau thương và cô độc như vậy, vì xung quanh dường như lúc nào cũng có người theo sát.

Tôi trộm nghĩ hành trang mà cha đến ở với họ không chỉ là cây kẹo mút, cái giếng và hệ thống lọc nước, cân gạo hay thùng mì, nhưng là cả tấm lòng và cuộc đời của cha. Nếu cha không có tấm lòng dành cho một vùng đất truyền giáo, thì cha cũng chẳng nhọc tâm lo toan về những thứ đó làm gì.

Có lẽ những gì cha Giuse đã sống đã nói lên nét đẹp đời dâng hiến của cha. Cha cũng đã bận tâm, lo toan cho những người nghèo mà cha được gửi đến. Ngang qua cha, nhiều người được biết đến Chúa bởi tấm lòng hiền lành và nhân hậu toát lên từ khuôn mặt của Cha.

Hãy nhìn Chúa Giêsu trong vườn Giêtsimani. Cuộc chiến đấu từ bỏ ý riêng để làm theo ý Chúa Cha khiến Người đau đớn đến đổ mồ hôi máu ra. Nhưng chính nhờ từ bỏ ý riêng mà ta trở nên con yêu dấu của Chúa. Chính nhờ làm theo ý Chúa mà ta trổ sinh hoa trái. Từ bỏ bản thân, ta đi đến đích điểm đời mình là được kết hiệp với Chúa. Bấy giờ ta có thể nói như thánh Phaolô: "Tôi sống, nhưng không còn là tôi sống, mà là chính Đức Kitô sống trong tôi" (Gl 2, 20). Ta chịu mất bản thân mình để được chính Chúa. Ta chịu mất điều tầm thường để được điều cao cả. Ta chịu mất trần gian để được thiên đàng.

Sự ra đi của cha làm cho ta suy nghĩ thêm về sứ vụ truyền giáo của mỗi người, và nhất là nơi anh chị em đồng bào sắc tộc. Chả phải giản đơn để cứ hễ hội nghị này hội thảo kia chúng ta lại trao đổi về sứ vụ truyền giáo. Phải sống và phải đón nhận tất cả những thương đau của cuộc đời may ra mới nếm thử truyền giáo là gì.

Dĩ nhiên mọi người tiếc nuối về sự ra đi của cha. Thế nhưng rồi trong niềm tin và tín thác, ta thấy cha đã dâng hiến đời mình như của lễ dâng lên Chúa Cha cách đặc biệt. Chúng ta cầu nguyện cho cha, và ở bên Chúa, cha lại cầu nguyện cho mảnh đất, cho sứ vụ truyền giáo của Hội dòng và Giáo phận. Cha ra đi nhưng để lại trong lòng nhiều người nỗi thương niềm nhớ. Cha ra đi nhưng hình ảnh cũng như sứ vụ truyền giáo của cha vẫn còn mở ra trên cánh đồng truyền giáo bao la bát ngát.

Sự ra đi trong đau thương của cha vẫn còn đâu đó và lưu truyền mãi đến hậu thế; bởi vì, vẫn còn đó rất nhiều người tiếc thương và cầu nguyện cho cha cũng như cho vùng đất truyền giáo Tây Nguyên này.

Lm. Anmai, CSsR, là tu sĩ Dòng Chúa Cứu Thế, Việt Nam, hiện đang phục vụ cho đồng bào sắc tộc Gia Lai tại Giáo phận Kon Tum. http://dcctvn.org/

ĐƯỜNG CHÂN LÝ,
NÀY CON ĐÃ CHỌN. (Tv 119, 30)

Lm. Giuse Nguyễn Cao Luật, OP

Hôm nay, tròn một tháng cha Giuse Trần Ngọc Thanh về với Chúa, chấm dứt hành trình trần gian, hành trình chân lý. Chúng ta cùng cử hành hy tế của Chúa Giêsu, hy tế cứu độ trần gian, và cũng dâng hy tế cuộc đời của cha Giuse lên Chúa. Trong dịp đặc biệt này, ta cùng nhìn lại và suy niệm đôi nét cuộc đời của cha.

* Một xác tín

Khi chịu chức linh mục vào năm 2018, cha Giuse Trần Ngọc Thanh đã chọn câu châm ngôn trích từ Thánh vịnh: *Đường chân lý, này con đã chọn (Tv 119, 30)* làm chỉ nam cho cuộc đời phục vụ của mình. Cha Antôn Maria Zacharia Phan tự Cường, một người đàn anh trong Dòng Đa Minh, và cũng là người có cơ hội tiếp xúc nhiều lần với cha Giuse Trần Ngọc Thanh, chia sẻ cảm nhận về cha Thanh như sau :

Cuộc đời cha Thanh, từ khi chọn ơn gọi Đa Minh cho đến ngày hoàn tất hành trình trần gian, từ những ngày còn là thỉnh sinh cho đến những đợt thực tập mục vụ, từ những năm tháng học hành cho đến khi khi lãnh tác vụ linh mục và chọn dấn thân trên vùng đất cao nguyên này, tất cả cuộc đời ấy vẫn mang dáng dấp câu châm ngôn mà cha Giuse đã chọn cho cuộc đời linh mục của mình: Đường chân lý, này con đã chọn.

Việc lựa chọn châm ngôn cho đời linh mục của cha Thanh không phải là một lựa chọn cho có, nhưng chính là một lời khẳng định về ý nghĩa cuộc đời mình, được rút từ những kinh nghiệm qua nhiều năm tháng, được xác định bằng một lựa chọn dấn thân phục vụ bà con giáo dân nghèo ở vùng Tây Nguyên lộng gió.

Như thế, cái chết của cha Giuse đang khi thi hành sứ vụ linh mục phải chăng cũng hàm nghĩa một sự xác nhận của Chúa về chân tính của một cuộc đời, xác nhận chân tính của một hành trình, xác nhận "Đường chân lý" đã được thành toàn nơi người môn đệ của Chúa !!!

Khẩu hiệu của Dòng Đa Minh là Chân Lý. Khẩu hiệu này đã hấp dẫn bao nhiêu tâm hồn nhiệt thành qua các thế hệ, từ thánh Tomas Aquino cho đến Martino Porres, từ Catarina cho đến Rosa de Lima, từ Las Casas cho đến Lacordaire…; từ những vị thánh miệt mài trong việc nghiên cứu cho đến đến những vị dấn thân truyền giáo tại những miền xa xôi; từ những vị sống đời cô tịch, thinh lặng trong đan viện, và cả đến những vị đã đổ máu đào trong công cuộc loan báo Tin mừng cho dân tộc Việt Nam… Rất nhiều thế hệ con cái của thánh Đa Minh đã sống và chết theo khẩu hiệu này với nhiều cung bậc khác nhau và nhiều cách thế khác nhau.

* Một dáng dấp

Cùng với anh chị em trong gia đình Đa Minh, cha Giuse nhận ra lời mời gọi đi vào nẻo nẻo đường ấy. Cha Giuse Thanh đã dâng hiến cuộc đời mình thành như một hành trình đi tìm chân lý.

- Hành trình chân lý của của cha Giuse Thanh là con đường đi đến với người khác, loan báo cho tha nhân sự thật về Thiên Chúa, để họ luôn biết rằng, dù cuộc sống có vất vả, khó khăn hay thiếu thốn, thì tất cả vẫn được Thiên Chúa yêu thương, cảm thông và đón nhận. Hành trình chân lý của Cha Giuse Thanh là con đường chia sẻ cuộc sống với anh chị em dân tộc tại Tây Nguyên.

- Hành trình chân lý ấy đầy đất đá, nắng mưa mà cha Giuse Thanh tìm thấy nơi những nẻo đường quanh co, vượt dốc băng rừng, là những con đường bụi mù, lầy lội, là những địa điểm vùng sâu vùng xa giữa Tây Nguyên nắng gió.

- Hành trình chân lý ấy dính dáng tới miếng cơm manh áo và đầy tình người, khi cha tìm gặp những con người nghèo khổ, bệnh tật, để chia sẻ nếp sống đơn sơ đạm bạc, để lo liệu cho kẻ đói ăn, để an ủi những người sầu khổ, để giúp trẻ em có thêm con chữ và nâng cao văn hóa sống…

- Hành trình chân lý ấy thật chân thành khi cha Thanh muốn cho người dân tộc có thể ca tụng Chúa, có thể nghe lời Chúa bằng chính tiếng nói của mình.

- Hành trình chân lý của cha thật giản dị, rất đơn sơ nhưng cũng thật nồng ấm, biểu lộ nơi những chiếc kẹo xíu xiu mà lúc nào cha cũng có trong ba lô, để cho các trẻ em khi đi học giáo lý hay đi lễ. Hành trình chân lý của cha thật gần gũi qua lời nói nhỏ nhẹ, tươi cười, đầy chân tình.

*Một sứ mệnh

Hành trình chân lý nơi một cuộc đời dâng hiến ấy thực sự là hành trình của một sứ mệnh: "Như Cha đã sai con đến thế gian, thì con cũng sai họ đến thế gian". Và hành trình ấy đã được Thiên Chúa thánh hiến trong Chân Lý: Xin Cha lấy sự thật mà thánh hiến họ. Lời Cha là sự thật.

Cuộc sống và cái chết của cha Thanh như một lần nữa lại công bố ý nghĩa phong phú và sức sống mãnh liệt của nẻo đường theo Đấng là Đường, là Chân Lý, và là Sự Sống. Người là Con Đường mở ra muôn nẻo đường; là Sự Thật sáng tạo đến vô tận và là Sự Sống trổ sinh hoa trái phong phú…

Hành trình ấy hôm nay đã khép lại. Trong khoảng một thời gian hơi ngắn của tuổi đời, cha đã đi được một hành trình thật dài, dài trong ý nghĩa một phận người, dài trong giá trị của đời dâng hiến, dài trong sứ mạng đến với muôn dân... Hành trình ấy đã để lại những ấn dấu nơi vùng Sa Loong thân yêu, để lại nhiều kỷ niệm nơi tâm hồn những người anh em Đa Minh tại Kon Tum; và có lẽ, cũng để lại một ấn dấu nào đó trong Giáo hội và trong lòng người dân Việt hôm nay.

* Một nghi lễ phụng vụ

Giờ đây, cha Giuse Thanh đã về bên Chúa hưởng vinh quang vĩnh cửu. Chúng ta hy vọng và có quyền tin như thế. Cha đã đi trọn hành trình chân lý là yêu thương, là chăm sóc những người được trao phó cho mình. Cha đã giặt áo đời mình, giặt áo trắng Dòng Đa Minh trong máu của con chiên tinh tuyển là Đức Kitô, nên cha đáng được về dự tiệc trên quê trời, đồng bàn với Con Chiên, với cha thánh Đa Minh, với những chứng nhân khác.

Và bây giờ, khi đã hòa máu của mình trong máu của Con Chiên, khi đã hiệp dâng hy lễ đời mình với Hiến tế Thập giá, cha cũng cùng đọc với Chúa Giêsu lời cầu nguyện trong bữa ăn cuối cùng với các môn đệ, lời cầu nguyện cho chúng ta, cho anh chị em trong gia đình Đa Minh, và đặc biệt cho Giáo phận Kon Tum:

Phần con, con đến cùng Cha. Khi còn ở với họ, con đã gìn giữ họ trong danh Cha mà Cha đã ban cho con. Xin Cha lấy sự thật mà thánh hiến họ. Lời Cha là sự thật. Như Cha đã sai con đến thế gian, thì con cũng sai họ đến thế gian. Vì họ, con xin thánh hiến chính mình con, để nhờ sự thật, họ cũng được thánh hiến. (Ga 17, 11b-19).

Lm. Giuse Nguyễn Cao Luật, nguyên Giám Tỉnh dòng Đa Minh Việt Nam và nguyên cha Giám sư Học viện Đa Minh, Gò Vấp. Hiện cha đang ở Tu xá Thánh Đa Minh Đà Nẵng, 1 Trương Minh Giảng, TP. Đà Nẵng, Email: caoluat@gmail.com

Người gieo giống

Đoạn Tin mừng của thánh Marcô (Mc 6,14-29) một lần nữa làm chúng ta ngao ngán vì con người quá tàn nhẫn với nhau, sẵn sàng chà đạp sự thật, chà đạp công lý và vượt trên cả pháp luật để có thể đạt được những gì mình mong muốn.

Mới đây không lâu, cũng có một con người có thể nói cuộc đời, lối sống và cái chết hao hao giống cuộc đời và cái chết của Thánh Gioan Tẩy Giả, đó chính là linh mục Giuse Trần Ngọc Thanh, OP.

Cả hai đều là những con người thánh. Thánh trong lời nói, thánh trong hành động và thánh trong cả cái chết. Cả hai đều đang làm công việc của mình là rao giảng về Đấng Kitô cho mọi người. Thánh Gioan Tẩy Giả bị bỏ tù chỉ vì nói lên tiếng nói của sự thật, sự thật về hiện trạng xã hội, sự thật về thực trạng của từng cá nhân: "Ngài không được phép lấy vợ của anh ngài!" Và có lẽ, cha Thanh cũng đã nói những tiếng nói sự thật, đã hành động vì sự thật và lẽ phải để rồi kết cục mà cha đã phải trả, đó chính mạng sống của mình.

Những ai đã có dịp sống chung, tiếp xúc với cha Thanh có lẽ đều có một cảm nghiệm và thấy được rằng cha rất hiền, ít nói và có chút gì đó e thẹn. Nhưng những rụt rè, e thẹn đó không ngăn được cha dấn thân vào công cuộc truyền giáo cho người đồng bào. Những giới hạn về ngôn ngữ cũng chẳng ngăn bước chân cha bước cùng nhịp với những anh chị em ở nơi hẻo lánh núi rừng cao

trên miền Thượng

Ts. Giuse Phạm Kim Lâm, OP

nguyên. Nơi ấy, bà con giáo dân đồng bào chắc chẳng thể quên những nụ cười của cha, tấm lòng của người mục tử luôn hết mình vì đoàn chiên và luôn cầu nguyện nhiều cho đoàn chiên; những em thiếu nhi chắc cũng không thể quên những cử chỉ đầy yêu thương, những chiếc kẹo và những chiếc bánh mỗi lần cha trao tặng. Có lẽ, đó chỉ là những hành động rất nhỏ nhưng chất chứa tất cả tấm lòng của một người mục tử đẹp, người mục tử luôn hết lòng vì đoàn chiên được giao phó cho mình. Đức Thánh cha Phanxicô đã có lần chia sẻ cách để nhận ra ai là mục tử nhân lành:

> *Một trong những dấu hiệu để nhận ra mục tử nhân lành đó là sự hiền lành. Ai không hiền lành thì có một điều gì đó còn ẩn giấu. Người mục tử nhân lành còn là người dịu dàng. Sự dịu dàng thể hiện trong việc gần gũi, chăm sóc từng con chiên như thể đó là con chiên duy nhất. Và sau một ngày làm việc mệt mỏi, người chăn chiên trở về nhà và phát hiện có một con bị lạc mất, ông liền ra đi tìm nó và vác nó trên vai đưa về nhà. Đây chính là Đức Giêsu, Đấng luôn đồng hành với tất cả chúng ta trong suốt cuộc đời[1].*

---

[1]Câu trích được lấy từ Vatican News tiếng Việt trong bài giảng của Thánh lễ trực tuyến do ĐTC Phanxicô cử hành ngày 3/5/20, https://www.vaticannews. va/vi/pope-francis/mass-casa-santa-marta/2020-05/dtc-0305-muc-tu-nhan-lanh-la-nguoi-hien-lanh-diu-dang.html

Nói về những điểm sáng nơi cuộc đời của cha Thanh không phải để khoe mẽ về một tu sĩ Đa Minh, nhưng là để mỗi anh em cùng cố gắng tiếp nối sứ vụ, cùng mạnh dạn để bước chân vào con đường phục vụ Lời. Cho dẫu vẫn còn đó những giới hạn của bản thân, hiểm nguy của môi trường hoạt động, nhưng với một niềm tin tròn đầy vào Thiên Chúa, một tình yêu nồng ấm với Thiên Chúa, với tha nhân và sứ vụ, chắc chắn chính Thiên Chúa là Đấng sẽ làm cho những hạt giống chúng ta gieo vãi trổ sinh những mùa màng bội thu, những hoa quả tốt đẹp. Hạt giống sẽ nảy mầm và trổ sinh hoa trái, dù chúng ta biết hay không biết cách nào.

Phó tế Giuse Phạm Kim Lâm, OP,
đang phục vụ tại Tu viện Mân Côi, Gò Vấp.

5 Anh
đã
giặt áo mình...

Chứng nhân
cho
niềm hy vọng

Lm. Giuse Phan Tấn Thành, OP

Không ít người đã sốt ruột khi thấy các cơ quan thông tin của Giáo hội và của chính quyền ở Việt Nam rất chậm chạp trong việc thông báo linh mục Trần Ngọc Thanh bị ám sát đang khi ngồi tòa giải tội, trong khi tin này đã lan rộng đến các cơ quan truyền thông quốc tế, trong đó có cả Vatican News. Tuy nhiên, có lẽ ít người lưu ý rằng trong cùng ngày 31/1/2022, hãng thông tấn Fides (của Bộ Loan báo Tin mừng) đã đưa tin một linh mục Dòng Đa Minh Việt Nam bị ám sát ở Kon Tum, và một mục sư William Siraj thuộc Giáo hội Anh giáo ở Peshawar (Bắc Pakistan) bị hai kẻ lạ mặt bắn khi đang trên xe về nhà sau khi cử hành Thánh lễ ngày Chúa nhật. Đó là hai bản tin mới của tháng đầu năm 2022, được thêm vào danh sách của 22 nhà truyền giáo bị giết trong năm 2021, cũng do hãng thông tấn Fides thu thập, gồm 13 linh mục, 1 tu huynh La-san, 2 nữ tu, 6 giáo dân.

Đi lùi lại dòng thời gian, hãng thông tấn Fides cho biết trên toàn thế giới đã có 365 thừa sai bị ám sát từ năm 2000 đến 2020. Một "bước tiến nhảy vọt" khi so sánh với con số 115 của thập niên 1980-1989. (Con số 604 người của thập niên 1990-2000 được coi là luật trừ bởi vì trùng với cuộc chiến diệt chủng ở Rwanda).

Dĩ nhiên, đó mới chỉ là những dữ liệu được thu thập được (bản tường trình ghi rõ tên tuổi của vị thừa sai, cũng như hoạt động và hoàn cảnh bị giết); chắc chắn còn nhiều vụ nạn nhân "vô danh" không được cung cấp. Thật ra, các nhân viên biên tập cũng cảm thấy lúng túng trong việc chọn lựa các tiêu chuẩn. Vào lúc đầu, hầu như người ta chỉ chú trọng đến các linh mục bị giết đang lúc thi hành công tác mục vụ. Chẳng hạn như cha Jesus Reynaldo Roda, O.M.I. bị bắn đang khi lần hạt trong nhà nguyện ở đảo Tabawan (miền nam Philippine), cha Andrea Santoro bị bắn đằng sau lưng đang khi cầu nguyện trong một nhà thờ ở Trebisonda (Thổ-nhĩ-kỳ), linh mục Thaier Saad Abdal, đứng ra đỡ đạn cho một gia đình đang tham dự Thánh lễ Chúa nhật tại nhà thờ chính tòa Bagdad (Iraq). Dần dần danh sách được nới rộng cho cả những linh mục bị mất mạng vì trở thành "chướng tai gai mắt" do sự hiện diện hoặc lời nói của các ngài. Chưa hết, những năm gần đây, danh sách còn bao gồm các tu sĩ nam nữ, các giáo lý viên, đang phục vụ tại các làng quê, các trại định cư, bằng những công tác bác ái, và lắm lần buộc phải lên tiếng để bênh vực những người thấp cổ bé miệng, và họ đã phải trả giá cho sự can thiệp này. Điều trớ trêu là không phải lúc nào họ cũng bị giết bởi những người "ngoại đạo", nhưng là ngay tại những quốc gia mang danh là Kitô giáo, cụ thể là tại Mỹ châu Latinh (tại các quốc gia như Mexico, Colombia, Brasil, Venezuela). Cũng nên ghi nhận là tại Pháp có hai vụ ám sát linh mục nổi tiếng: ngày 26/7/2017, cha Jacques Hamel (85 tuổi) bị hai người Hồi giáo giết trong nhà thờ đang khi cử hành Thánh lễ, và ngày 08/8/2021, cha Loivier Maire (60 tuổi), Giám Tỉnh dòng Montfort tại Saint-Lauret-sur-Sèvre (Vandée) bị giết bởi một người Rwanda tị nạn được nhận vào giúp việc cho nhà dòng.

Cơ quan Fides tránh dùng từ ngữ "tử đạo" (martyr) khi thiết lập danh sách này, bởi vì theo ngôn ngữ chuyên môn của giáo luật, để được nhìn nhận là martyr phải chứng minh là động lực của kẻ giết là "thù nghịch đức tin" (odium fidei), một điều không lúc nào cũng dễ minh chứng: có thể lý do ám hại là cướp của giết người, hoặc thù oán cá nhân, hoặc đơn giản là bệnh tâm thần, v.v… Vì thế, người ta muốn trở về ý nghĩa nguyên thủy của từ martyr trong tiếng Hylạp, đó là "chứng nhân". Dưới khía cạnh này, điều quan trọng không phải là điều tra động lực của "thủ phạm" cho bằng tâm trạng của "nạn nhân".

Xin mạn phép đưa ra ba cảm nghĩ như sau:

1/ Ơn gọi làm chứng nhân tự nó không phải là một "đặc sủng", nhưng nằm trong ơn gọi của bí tích Rửa tội (và Thêm sức): "Các con sẽ là nhân chứng của thầy… cho đến tận cùng trái đất" (Cv 1,8), chứng nhân bằng cuộc đời trước khi bằng lời nói (xc. ĐTC Phaolô VI, Tông huấn Evangelii nuntiandi, số 41).

2/ Tuy nhiên, cũng cần phải chấp nhận tính cách "anh hùng" của vài hoàn cảnh làm chứng cho Tin mừng. Chúng ta hãy nghĩ đến việc rao giảng danh Chúa Giêsu tại những nơi chống lại Kitô giáo, nơi mà việc tự do tôn giáo bị hạn chế. Chúng ta hãy nghĩ đến các nữ tu ở lại với các nạn nhân nhiễm vi trùng Ebola ở Phi châu, chứ không chịu rút về nơi an toàn. Chúng ta hãy nghĩ đến các người phục vụ bệnh nhân COVID với những nguy hiểm trước mắt sẽ bị lây nhiễm. Hiểu theo nghĩa này, sự chứng tá quả là một "đặc sủng", do đức mến thúc đẩy.

3/ Sau cùng, tuy dù chấp nhận việc chứng tá cho Tin mừng trong những hoàn cảnh nguy hiểm là một hành vi anh hùng, nhưng khi nghĩ đến cha Thanh thì tôi lại muốn thêm rằng: tính cách anh hùng ấy được diễn tả qua những cử chỉ bình thường. Thực vậy, chúng ta được mời gọi làm chứng cho một Đức Kitô, không phải là Đức Kitô chuyên làm phép lạ hay có mưu đồ cải tổ chính trị, nhưng là một Đức Kitô sống giữa loài người như một người bạn. Tôi không dám nghĩ đến Đức Kitô chịu đóng đinh trên thập giá, nhưng tôi muốn nói đến Đức Kitô phục sinh đồng hành với hai người môn đệ trên đường về Emmau. Người không tỏ ra ánh quang phục sinh rực rỡ, nhưng Người cùng đi đường đàm đạo với hai người môn đệ. Người nghe họ kể lể về những chán nản thất vọng khi thấy một kẻ công chính bị đối xử bất công. Người cứ bình tĩnh lắng nghe, trao đổi ý kiến với họ. Điều thú vị hơn nữa là khi trời sắp tối, Người nhận lời họ mời vào một quán để tiếp tục cuộc nói chuyện. Chính lúc ấy, nhờ "đồng bàn" với Người, mắt họ đã mở ra. Họ đã lấy lại niềm hy vọng, và trở lại cộng đoàn, một cộng đoàn đã không chỉ bị mang tiếng là chọn nhầm thủ lãnh, mà còn bị mang tiếng là chia rẽ nội bộ, phản bội thầy! Hai người môn đệ này đã trả lại niềm hy vọng cho cộng đoàn, để cùng với ơn Chúa Thánh Thần, lên đường làm chứng cho Đấng Phục sinh. Trọng tâm của chứng tá là cuộc tử nạn và phục sinh của Đức Kitô, nhưng sức mạnh làm chứng là do Thần khí của Đấng Phục sinh (Cv 1,8).

Tôi không thể kết thúc bài này trước khi móc nối với một tấm gương nữa. Được biết cha Thanh đang bắt đầu viết tự điển Việt-Xê Đăng. Một trường hợp tương tự đã diễn ra cách đây 100 năm về trước. Cha Charles de Foucauld (nguyên là một sĩ quan quân đội Pháp, sinh 01/9/1858), sau khi thụ phong linh mục vào năm 1901, đã chọn nếp sống sa mạc ở Beni Abbes, để sống thân thiện với bộ lạc Tuareg. Cha học ngôn ngữ của họ, chuyển dịch các chuyện cổ tích dân tộc, và soạn bộ từ điển Tuareg-Pháp. Cha bị ám sát ngày 01/12/1916 (58 tuổi), được phong chân phước ngày 15/11/2005 và dự kiến sẽ được phong thánh ngày 15 tháng 5 sắp đến.

Ước mong cái chết của cha Thanh cũng giúp chúng ta tái khám phá niềm hy vọng cũng như ơn gọi truyền giáo. Hơn thế nữa, ước mong rằng nhờ đó, nhiều người nhận ra một Giáo hội "khác", không phải Giáo hội của quyền lực và lắm xì-căng-đan, nhưng là một Giáo hội đơn sơ, gần gũi, và vui tươi phục vụ.

"

Lm. Giuse Phan Tấn Thành, OP, nguyên Viện Trưởng phân khoa Thần học Đại học Angelicun, Rôma và nguyên Giám Đốc Trung tâm Học vấn Đa Minh, Gò Vấp. Hiện là thành viên Uỷ ban Giáo lý Đức tin HĐGMVN. Ngài đã viết rất nhiều sách về Thần học, Tu đức, Giáo luật, xin coi: https://catechesis.net/.

Linh mục Giuse Trần Ngọc Thanh đã hoàn thành sứ mạng

Lm. Giuse Nguyễn Trọng Viễn, OP
Suy niệm biến cố cha Thanh

Gửi anh em Đa Minh Kon Tum,

Sự ra đi của anh Giuse Trần Ngọc Thanh quá đột ngột và đau thương. Khi nghe tin, chắc là anh em ở Kon Tum và anh em trong Tỉnh dòng chỉ biết thốt lên "ôi chao ơi!" rồi câm lặng... Một số người giáo dân cũng nói lên tâm sự: không thể hiểu được ý Chúa như thế nào! Người ta tin rằng việc đào tạo một linh mục khó khăn dường nào; người ta quý trọng linh mục biết bao; việc một linh mục đẹp trai, hiền lành và nhiệt thành dấn thân ở vùng cao nguyên. sao lại ra đi như thế. Quả thật biến cố này vẫn như là một câu hỏi chưa có lời giải đáp.

Rồi Tỉnh dòng cũng phải vội vàng tổ chức đám tang cho anh Trần Ngọc Thanh cho kịp thời điểm trước Tết. Hôm nay đã là Mùng Ba Tết, đây đó vẫn còn râm ran chuyện cha Thanh, nhưng rồi hình như mọi sự sẽ qua mau và cuộc sống lại trở lại bình thường.

Sự việc có vẻ giống như con người, mặc dù biết chắc mình sẽ phải chết, nhưng lại thấy sự việc người chết vẫn chỉ là "chuyện người ta", và ít khi có ai nhìn lại chính vận mệnh của mình từ những tin tức "người ta chết"; và nhất là người ta vẫn tưởng như chuyện người này người kia chết chỉ là chuyện bên lề của cuộc sống chứ không phải là lời cật vấn cho chính sự sống mà mình được tham dự vào.

Biến cố cha Thanh cũng là chuyện sống-chết, nhưng hơn nữa, biến cố ấy còn làm lộ diện tỏ tường câu hỏi về "ý nghĩa của sự sống", ý nghĩa của đời sống người Kitô hữu, đời người sống đời thánh hiến,và nhất là ý nghĩa của sứ vụ linh mục, ý nghĩa của sứ vụ loan báo Tin mừng, đặc biệt sứ vụ loan báo Tin mừng nơi vùng đất Kon Tum...

Hơn nữa, cái chết của linh mục Trần Ngọc Thanh xảy ra quá ngẫu nhiên, quá tình cờ. Có phải chính vì thế mà người ta dễ nghĩ rằng đây chỉ là một trường hợp hoàn toàn cá biệt? Có phải vì chuyện quá tình cờ mà chính anh em Đa Minh cũng dễ nghĩ rằng biến cố ấy, mặc dù đau xót, vẫn không mang lại ý nghĩa gì khác cho dòng sự sống, không dính dáng đến dòng chảy của sứ vụ loan báo Tin mừng?

Nếu tính cách đau thương của "biến cố cha Thanh" khiến cho người ta dường như không thể hiểu được ý Chúa thế nào, thì chắc chắn rằng biến cố ấy, tính cách đau thương ấy phải hàm chứa một chiều sâu ý nghĩa trong chương trình của Chúa mà chúng ta cần phải khám phá.

Hằng ngày và hằng giờ, hằng phút, vẫn có biết bao nhiêu người phải chết. Không thiếu những người trẻ phải chết, và cũng không ít những cái chết đau thương, oan nghiệt vẫn diễn ra trên thế giới này. tất cả và từng cái chết ấy đều có ý nghĩa với chính dòng chảy của sự sống. Biến cố linh mục Trần Ngọc Thanh chắc chắn cũng hàm chứa rất nhiều ý nghĩa với gia đình của anh, với Tỉnh dòng Đa Minh Việt Nam, và đặc biệt với những anh em Đa Minh đang dấn thân toàn vẹn cuộc đời cho sứ vụ loan báo Tin mừng...

Quả thật, nơi biến cố đau thương và xót xa này, chúng ta thấy được rõ ràng chân tính của sự sống. Sự sống chỉ có thể thành toàn trong ý nghĩa của sự sống. Hơn lúc nào hết, biến cố cha Thanh đã giúp cho chúng ta nhận ra rõ ràng chân tính của sự sống; biến cố ấy phải được giương cao lên cho thế giới, và nhất là cho con người Việt Nam hôm nay, nơi mà người ta càng ngày càng lầm lạc về phẩm tính của sự sống, càng ngày người ta càng như muốn đồng hóa sự sống với sự thăng tiến, thành đạt, vươn cao, đẳng cấp. Sự ra đi của linh mục Giuse Trần Ngọc Thanh là một sự thành toàn đích thực của sự sống, là một sự hoàn thành sứ mạng loan báo Tin mừng trong chính phẩm tính của sứ vụ chứ không phải chỉ trong công trình nào đó. Tiếp nối công trình của các cha anh, cha Thanh, trong gần 4 năm của sứ vụ linh mục, đã hoàn tất việc dịch các bản văn Phụng vụ Thánh lễ gồm 5 quyển Sách các Bài đọc trong thánh lễ và Sách lễ Rôma lên tới 2800 trang A4. Đó là một công trình rất đáng trân trọng, những công trình ấy chỉ trọn vẹn trong chính hy lễ cuộc đời của cha Thanh, vừa được kết hiệp với HY LỄ của Đức Giêsu trong Thánh lễ và trong Bí tích Giao Hòa mà cha Thanh đang cử hành, mới thực sự làm nên chân tính của một sinh mệnh được hoàn thành trong sứ mệnh loan báo Tin mừng...

Điều chúng ta cần phải khẳng định, đó là sự ra đi của linh mục Giuse Trần Ngọc Thanh là một sự thành toàn chứ không phải là một sự dở dang; và sự thành toàn ấy, kết hiệp với cuộc THÀNH TOÀN của Thầy Giêsu, cũng mở ra một sự sống mới trong SỰ SỐNG PHỤC SINH của Đức Giêsu đối với Tỉnh dòng cũng như đối với sứ vụ của Tỉnh dòng tại Việt Nam nói chung, và vùng đất Kon Tum nói riêng. Trong sự sống mới tinh tuyền ấy, không thể có một chút bóng dáng của sự chết, cũng như những "bóng ma của sự chết".

Tính cách thành toàn trong sự ra đi của linh mục Giuse Trần Ngọc Thanh phải tạo nên sự "phá đổ bức tường ngăn cách là sự thù ghét" (Ep 2,14), chứ không phải để xây nên những chiến hào, tạo duyên cớ cho một chuỗi thù oán, đấu đá,.

Tính cách thành toàn trong sự ra đi của linh mục Giuse Trần Ngọc Thanh nhằm chống lại bạo lực chứ không phải để đổ thêm dầu vào lửa, là lời cổ vũ cho hòa bình, được ngân lên như lời "Kinh Hòa Bình" được viết bằng máu.

Lạy Chúa từ nhân, xin cho con biết mến yêu và phụng sự Chúa trong mọi người.

Lạy Chúa, xin hãy dùng con như khí cụ bình an của Chúa
Để con đem yêu thương vào nơi oán thù,
Đem thứ tha vào nơi lăng nhục
Đem an hoà vào nơi tranh chấp,
Đem chân lý vào chốn lỗi lầm.

Để con đem tin kính vào nơi nghi nan, chiếu trông cậy vào nơi thất vọng.
Để con rọi ánh sáng vào nơi tối tăm, đem niềm vui đến chốn u sầu.

Lạy Chúa xin hãy dạy con:
Tìm an ủi người hơn được người ủi an,
Tìm hiểu biết người hơn được người hiểu biết
Tìm yêu mến người hơn được người mến yêu.

Vì chính khi hiến thân là khi được nhận lãnh,
Chính lúc quên mình là lúc gặp lại bản thân,
Vì chính khi thứ tha là khi được tha thứ,
Chính lúc chết đi là khi vui sống muôn đời.

Ôi Thần Linh thánh ái xin mở rộng lòng con,
Xin thương ban xuống những ai lòng đầy thiện chí ơn an bình.

Ôi, "chiến lược cứu độ" của Đức Giêsu Kitô đã "xưa" lắm rồi nhưng lại vẫn luôn "mới", là nét đẹp vừa "cổ kính" vừa "tân kỳ", là bài học sơ đẳng của người Kitô hữu và cũng là chiều sâu của mọi luận án...

"Chiến lược cứu độ" ấy không là gì khác hơn:

"thua để thắng"

"chết để sống".

Kính tặng anh em Đa Minh đang phục vụ tại Kon Tum.

Vị linh mục nhiệt thành của Chúa;
người anh em trong linh mục đoàn Giáo phận Kon Tum;
người anh em thương quý của cộng đoàn tu sĩ Đa Minh;
ân nhân của nhiều cộng đoàn sắc tộc;
nhà truyền giáo tâm huyết của Giáo hội Việt Nam;
tấm gương hy sinh của hàng linh mục;
niềm thương tiếc vô hạn của mọi tín hữu Việt Nam;
niềm kính phục của bao nhiêu người thiện chí,

TƯỞNG NHỚ

một nhà truyền giáo vừa đổ máu

Lm. J.B. Nguyễn Minh Hùng
Gp. Phú Cường

Cha Giuse Trần Ngọc Thanh, OP, về Nhà Cha 29.1- 2022 (châu Âu 28.1) sau khi dâng tặng dòng máu của mình trên chính nơi mà cha đêm ngày miệt mài truyền giáo, gắn bó, yêu thương và tự nguyện làm nơi hiến dâng đời tu.

Như Chúa Kitô đã sống cho trần gian, đã chết cho trần gian, chết tại trần gian, cũng vậy, cha Giuse Thanh đã sống cho mảnh đất mà Cha chọn làm nơi vinh danh Chúa, để cũng đã chết cho nơi đó và chết tại chính nơi đó.

Cái chết của cha khiến không ít người bàng hoàng, rung động. Cái chết của cha cũng làm cho những ngày Tết vừa qua không trọn niềm vui. Cái chết của cha khiến nhiều người không giữ được im lặng nhưng đã lên tiếng theo cách của họ...

Trên hết, theo những dòng chữ tôi đọc được từ rất nhiều người yêu mến cha, tôi thấy cha để lại quá nhiều dang dở nơi cánh đồng truyền giáo. Điều đó chứng minh cho mọi người, cha nhiệt thành và không mệt mỏi cho sáng danh Chúa, cha yêu mến Giáo hội, yêu mến đất nước này, đặc biệt là yêu mến những con người ở rẻo cao mà cha đảm nhận trách vụ phục vụ họ.

Dẫu công trình của cha còn dang dở, nhưng không một ai cảm thấy lo lắng, vì tất cả đều hiểu, không một chiến sĩ chính danh, đích thực và đúng nghĩa nào của Chúa Kitô lại bạc nhược, chùn bước, khiếp sợ trước những bão bùng của cuộc đời và của thế gian.

Một GIUSE TRẦN NGỌC THANH này ngã xuống sẽ có nhiều Giuse Trần Ngọc Thanh khác đứng lên trám vào chỗ bỏ trống của ngài.

Gọi là "trám vào", nhưng chắc chắn sẽ mạnh mẽ hơn, bất khuất hơn, táo bạo hơn, kiên vững hơn. Chẳng những mọi chiến sĩ của Chúa Kitô không bao giờ khiếp sợ, mà vì cái chết oan nghiệt của người anh em mình, họ sẽ để cho lòng họ quyết tâm hơn, trưởng thành hơn, đi đến cùng con đường Thánh Giá mà Chúa Kitô, Thầy của họ đã đi.

Hình ảnh Thánh Giá của Chúa Kitô và dòng máu của người anh em mà họ đã chứng kiến sẽ làm cho lý tưởng dâng hiến của họ càng được thúc bách, càng được nung đốt. Nói cho đúng, cái chết ấy chẳng những vô phương trói tay, trói chân mà còn trở thành tiếng gọi thúc giục lên đường, trở thành niềm gợi hứng, nguồn cảm hứng cho vô vàn những chiến sĩ cùng lý tưởng đang ở lại trần thế. Đó chính là lời sai đi dữ dội giúp họ chân cứng đá mềm nhằm đạp đầu sóng gió trong một tinh thần quật khởi, và quật khởi ngày một hơn mà thôi...

Bởi có Giáo hội địa phương nào, từ khi đặt nền móng đến lúc hình thành và phát triển mà không đóng góp xương máu, công sức, tài năng, trí tuệ, lòng quả cảm, tình yêu... của con cái mình!

Cám ơn cha Giuse Trần Ngọc Thanh. Mãi mãi cha là tấm gương sáng của chúng tôi, những tín hữu Kitô nói chung và những người anh em trong lý tưởng thánh chức nói riêng.

Chúng tôi chỉ là những con người yếu hèn mà còn rung lòng trước cái chết vinh phúc của cha, thì chắc chắn lòng yêu thương của Đấng Chí Thánh và Toàn Năng, cha chung của tất cả chúng ta, sẽ ấp ủ cha ấm áp đến dường nào!

Chúng tôi tin rằng, Ngài đang dìu cha về bên Ngài như đã từng dìu đưa trùng trùng lớp lớp những người con đã vì Ngài mà đổ máu thấm cả lịch sử, thấm cả dải đất mênh mông của quê hương này.

Kính chào cha quý yêu. Cha cứ bình yên ngơi nghỉ nơi lòng Đấng Hằng Sống. Xin hằng cầu nguyện cho đất nước, cho từng con dân đất Việt, cho Hội thánh Việt Nam đang còn nhiều thách thức phải vượt qua và cho tất cả chúng tôi.

Xin được một lần nữa, cho tôi ghi khắc tên của người anh em, một nhà truyền giáo nhiệt thành: CHA GIUSE TRẦN NGỌC THANH!

 Nguồn: http://conggiao.info/tuong-nho-mot-nha-truyen-giao-vua-do-mau-d-66468

Lm. J.B. Nguyễn Minh Hùng, là cha chánh xứ Giáo xứ Thánh Tuân, Giáo họ Tây Ninh, Giáo phận Phú Cường. Ngài rất yêu mến người sắc tộc nên khi được tin cha Thanh bị sát hại đã suy tư và giảng dạy rất nhiều bài rất cảm động và sâu sắc. Xin xem thêm: https://www.youtube.com/c/GiáoXứThánhTuân-PhúCường.

VỪA THAN KHÓC, VỪA VUI MỪNG

Viết cho Anh, người anh em Đa Minh

Ts. Tôma Trần Hiệu, OP

Ba ngày Tết bảy ngày xuân, đi đâu người ta cũng chúc nhau điều may lành. Những ngày đầu năm, người ta tránh nói nhau nghe những chuyện buồn năm cũ, ấy thế mà tết năm nay, biến cố đau buồn về Anh vẫn cứ in trong đầu nhiều người Công giáo, trong đó có cả em, người anh em trong cùng một linh đạo Đa Minh.

Ba ngày tết đã trôi qua nhưng câu chuyện về cái chết của Anh, hình ảnh của Anh vẫn cứ tới lui trong đầu em. Anh lớn hơn em nhiều lớp, năm Anh đi sứ vụ là năm em trong nhà tập. Em không nhớ là đã nói chuyện với Anh lần nào, ngoại trừ lần đầu tiên và cũng là lần cuối cùng vào độ tháng 3 năm 2021 tại Đăk Mốt, Kon Tum. Lần đó, em ghé thăm chỗ anh ở, chỗ mà cách đây 6 năm, anh em thỉnh viện chúng em cũng đã từng hiện diện, mặc dù vỏn vẹn chỉ một tháng, chủ yếu để dạy kiến thức cho các em nội trú người dân tộc mà sau này chính Anh là người chịu trách nhiệm chăm lo và nuôi dạy các em. Khung cảnh này đã khác xưa, nhà các em nội trú đã có hiên che, sân được lát gạch và phía đối diện là ngôi nhà nguyện gỗ xinh đẹp. 6 năm trước, nhà nguyện ghép chung với phòng ở. Mỗi lần dâng lễ là phải nhờ các em nội trú liếc mắt "canh chừng" ngoài ngõ. Nay chỗ Anh ở đã có nhà nguyện riêng, xem ra tình hình dễ thở hơn một chút. Nếu biến cố về Anh không xảy ra, có lẽ câu chuyện Anh kể về bức tượng trước hiên nhà nguyện nhỏ kia cũng rơi vào quên lãng. Khi em thắc mắc về bức tượng thánh Giuse cao lớn đặt ngay trước hiên nhà nguyện gỗ, anh cho biết vị trí thật sự của bức tượng nằm ở làng khác, nơi đã đặt tượng và bị người ta "cầu đi". Anh bèn xin lại tượng đặt trước hiên nhà nguyện. Ngay lúc đó, em đã biết có chuyện "căng thẳng" với anh tại nơi anh thi hành sứ vụ. Như vậy, tình hình nơi các làng Anh đi mục vụ chưa hề "dễ thở".

Anh điển trai, dáng vẻ thư sinh. Anh em trong Dòng thường kháo nhau đặc điểm nhận dạng Anh là "cha Thanh đẹp trai, thư sinh" để phân biệt với cha Thanh khác cùng tên. Mà quả thật, khi gặp anh ở Đăk Mốt, em cũng ngạc nhiên với dáng vẻ đó khi liên hệ tới nơi Anh thi hành sứ vụ. Đó là nơi còn nhiều khó khăn, nơi mà Anh chủ yếu phục vụ cho những anh em người đồng bào. Càng ngạc nhiên hơn nữa khi biết Anh sinh ra trong một gia đình khá giả tại Sàigòn, xem chừng chẳng quen biết với núi đồi, với những cung đường quanh co nơi buôn làng xa xôi, hẻo lánh. Ấy vậy mà Anh đã ở trên Tây Nguyên được hơn 3 năm, kể từ ngày chịu chức linh mục.

Sự ra đi của Anh sao mau chóng quá. Nó như một cái cuốn lều nhổ trại. Anh ra đi vào ngày cuối năm âm lịch, thời điểm của những thu xếp tất bật đón chào năm mới. Cái chết và tang lễ của Anh vội vã như thể chính Anh cũng tất bật thu gọn chiếc lều cuộc đời tạm bợ này để tiến về Trời đón chào Mùa Xuân Vĩnh Cửu. Đến đây, em mới thấm thía câu nói của thánh Phaolô, cuộc sống đời này tạm bợ như cái lều có ngày cũng sẽ bị phá huỷ đi trước khi tiến về Trời là ngôi nhà vĩnh cửu (x. 2Cr 5,1).

Cái chết thương tâm của Anh gây đau đớn cho nhiều người, ngay cả người không có đạo. Không thấy tờ báo nào ở Việt Nam đưa tin về Anh, một vụ sát hại bằng dao khủng khiếp nhất đối với một linh mục sau hàng mấy chục năm, nhưng qua các phương tiện khác, ai ai cũng đau xót cho Anh. Cách Anh chết là một sự rung động. Nhiều hãng tin trên thế giới đã loan tin, trong đó có những trang tin tức uy tín của Công giáo như Fides hay Aleteia. Nhìn khuôn mặt trẻ trung, thư sinh của Anh, người ta càng xót xa với sự đau đớn mà Anh trải qua. "Ai mà lại đi giết ông cha? Sao cha còn trẻ mà chết uổng rứa? Người ra tay sát hại linh mục sao lại là người Kinh khi ngài đang sống và phục vụ giữa những người đồng bào?"

Theo em biết, người đồng bào Xê Đăng nơi anh phục vụ và nằm xuống rất quý mến Anh. Chỗ đó cách nhà nội trú Đăk Mốt chừng 20 cây số. Em nhớ đến cái nghèo của họ giữa những người Kinh. Nhà họ, em không thấy bàn ghế. Một em nội trú trở về làng, mời em vào nhà và tiếp em bằng một bức chiếu sờn cũ trải ra trên nền xi măng lỗ chỗ. Em nhớ đến sự đơn sơ chất phác trong đức tin của họ. Điều đáng nhớ nhất của em khi rời xứ sở ấy chính là hình ảnh người phụ nữ trẻ Xê Đăng địu con trước ngực, quỳ dưới nền đất nhão, ướt sũng nước mưa sau khi rước Mình Thánh Chúa. Cách diễn tả đức tin của họ thật đẹp!

Xét theo cái nhìn con người, cái chết của Anh đúng là sự đau buồn vô tận, nhất là đối với những người trong gia đình Anh. Tuy nhiên, khi nói chuyện với em về Anh, một người anh em Đaminh đã cho rằng, biến cố xảy đến với Anh vừa đau buồn nhưng cũng đầy hân hoan. Sự đau buồn thì ai cũng hiểu nhưng vui mừng thì chỉ có thể hiểu trong đức tin. Mừng cho nhà Dòng vì nay có một chứng nhân đã đổ máu ra nơi vùng đất truyền giáo Tây Nguyên lộng gió. Chẳng phải câu nói thời danh của Tertullianô nay một lần nữa vang dội trong đầu của những ai nghĩ đến cái chết của Anh: "Máu các thánh tử đạo là hạt giống làm trổ sinh các Kitô hữu". Em không dám nói cái chết của Anh là cái chết tử đạo theo nghĩa chặt. Điều đó thuộc về sự phán quyết của Giáo hội là Mẹ chúng ta. Tuy nhiên, cách Anh chết thì luôn có thể nói là tử đạo theo nghĩa rộng, tức anh đã chết trong tư cách là người Công giáo, hơn thế nữa, cái chết diễn ra khi Anh đang thực thi sứ vụ cao cả nhất của người linh mục, in persona Christi, Anh đại diện cho Chúa Kitô tha thứ tội lỗi cho dân qua việc cử hành bí tích Giải tội. Máu Anh đổ ra ngay tại tòa giải tội là chứng tá hùng hồn nhất để diễn tả tình yêu của Chúa Kitô cho các tội nhân, mà trong đó, có cả người đã ra tay sát hại Anh. Em tưởng tượng cách Anh giơ tay lên để tha thứ cho các hối nhân, và người cuối cùng Anh tha thứ chính là kẻ đã xuống tay với Anh cách tàn độc. Herbert Mccabe, nhà thần học dòng Đa Minh, từng nói: "Nếu bạn yêu, bạn có thể bị tổn thương hay bị giết chết, nhưng nếu bạn không yêu thì bạn đã chết rồi". Anh đã yêu và yêu cho đến chết nơi tòa giải tội, là "tòa án của Lòng Thương Xót", là nơi máu Chúa Kitô đổ ra lai láng tha thứ tội lỗi cho các hối nhân.

Nhiều người lưu luyến đau buồn trước sự ra đi của Anh, nhưng trong cái nhìn đức tin, em tin rằng Anh đã được ơn phúc tử đạo mà không phải ai cũng có được. Một anh em Đa Minh người Mỹ từng qua Việt Nam dạy ngoại ngữ thời Anh còn ở học viện Đa Minh đã nói cách tự hào "We personally met a saint" (Tôi đã gặp một vị thánh), khi nhắc đến Anh.

Theo ghi nhận, Anh là người đầu tiên trên thế giới bị sát hại vì đức tin Công giáo năm 2022. Giáo hội chúng ta thấm đẫm máu của các vị chứng nhân đức tin. Ước mong rằng máu Anh đổ ra nơi vùng đất Sa Loong có ngày sẽ làm sinh sôi nảy nở nhiều bông hạt đức tin Công giáo. Nhiều người thương tiếc và cầu nguyện cho Anh. Xin Anh trên trời cũng hãy cầu bầu cùng Chúa cho sứ vụ của anh em Đa Minh nơi vùng đất Tây Nguyên hiện còn nhiều khó khăn và thử thách. Em cũng xin Anh nhớ đến và giúp sức cho người anh em Đa Minh suýt nữa mất mạng khi đi cùng Anh. Người anh em đó cũng đang rất cần lời cầu nguyện và nâng đỡ sau biến cố khủng khiếp vừa mới trải qua.

Ts. Tôma Trần Hiệu, OP
Sinh viên Thần học tại Học viện Đa Minh
90 Nguyễn Thái Sơn, Gò Vấp, Sài Gòn.
https://catechesis.net/

6

Hướng về
Miền truyền giáo
trên cao

Tinh thần truyền giáo nâng cao vẻ đẹp Tây Nguyên

Cộng đoàn nữ Đa Minh
Hội dòng Rosa Lima, Kon Tum

Thông tin về sự ra đi của một người mục tử, cũng là một người anh em Đa Minh, một người con Chúa... khi đang thi hành sứ vụ ở vùng truyền giáo nhanh chóng được lan truyền đến cho mọi người. Mới đó thôi mà đã gần ngót nửa tháng kể từ ngày chúng ta đón nhận hung tin ấy tính cho đến thời điểm này. Cảm giác xót xa, ngỡ ngàng, sầu khổ. như chưa thể lắng xuống vì tấm lòng thương mến vị chủ chăn đáng kính luôn tận tâm chăm lo cho đàn chiên còn vương mang nhiều dấu vết hoang dại của núi rừng. Theo đó, biết bao nỗi băn khoăn cho kiếp sống này, cùng những nỗi khắc khoải về sự dấn thân tới những miền đất mới phần nào đó cũng được dấy lên.

Trong những ngày ở nhà vui xuân đón tết bên gia đình, thường thì ít ai muốn nhắc đến những điều không may mắn hay những chuyện tang thương. Ấy vậy mà, ở những thời khắc thế trần đang hứng khởi chào đón mùa xuân mới thì câu chuyện về cha Giuse Thanh lại trở thành một chủ đề được quan tâm và nhắc đến nhiều nhất. Ở đây, chúng ta chỉ tạm dừng lại ở góc nhìn có phần con người mà chưa đề cập đến những giá trị sâu sắc và ý nghĩa linh thiêng đi kèm ngang qua cái chết của cha.

Lượm lặt các kiểu ý kiến chủ quan trong các cuộc "bình luận", những câu kết luận chủ chốt, tạm thời cũng được thu tóm lại với đại ý: vùng đất đó thật nhiễu nhương; cha đó thật đáng thương; kẻ giết người thật bất lương... Với loạt nhận định từ xa ấy, bạn bè thân hữu cũng không hiểu nổi vì sao vẫn luôn có bóng dáng của người

96 | **Anh đã giặt áo mình**

tu hành ở những nơi mà tôn giáo còn bị nghi ky. Từ đó xuất hiện sự lắng lo, trăn trở cho hành trình trong tương lai của các vị sứ giả giống như cha Thanh khi đến với những miền đất xa xăm, nơi có những con người dù được tiếp xúc với nhịp sống hiện đại nhưng chưa mấy quen nên vẫn còn quẩn quanh bên cái lạc hậu và cái nghèo về nhiều mặt.

Vùng đất vốn bình yên đến không tưởng nay lại dậy sóng đến không ngờ. Vùng đất ấy vốn được xem là lành lại đột nhiên trở thành không lành. Con người vốn được nhìn nhận là đơn sơ, chất phác. thì nay, những nét đẹp ấy như dần nhạt nhòa khi có sự xuất hiện của khuôn mặt kẻ sát nhân. Lang thang và dông dài với loạt ngôn từ không mấy tích cực, chẳng phải để tiếp tục góp thêm phần bi thảm hóa cho khúc ngoặt đột ngột trong cuộc đời cha Thanh; lại càng chẳng phải để lên án và kết tội ai đó, nhưng chỉ đơn giản là nhắc lại sự hiện diện cần thiết của những người môn đệ bước theo Chúa Kitô.

Chuyện của hôm qua là thế; còn chuyện của hôm nay, ngày mai và những ngày tháng sau đó, trên hành trình sứ vụ, ta không dám chắc sẽ không xảy ra những điều xấu tương tự; sẽ không có ai dừng chân lùi bước vì gian nan của hoàn cảnh nhưng ta dám khẳng định rằng, sẽ luôn có những tâm hồn quảng đại và sẵn sàng dấn thân tiếp bước đến với những vùng ven. Lực đẩy cho bước đường lữ hành ấy, chẳng phải là âm thanh vang vọng lời của Chúa Giêsu: "Người khỏe mạnh không cần thầy thuốc, người đau yếu mới cần

Ta không đến để kêu gọi người công chính nhưng là để kêu gọi người tội lỗi" (Mc 2,17). Lưu tâm đến lời dạy này để khi trở về với nếp sống đặc trưng trong hoạt động mục vụ, ta ít phải loay hoay so sánh, đắn đo về những tiện ích hoặc bất tiện của đời thường. Thay vào đó, ta tìm cách thích ứng nhanh hơn với hoàn cảnh và tiếp tục khám phá bao nét đẹp rất riêng nơi cuộc đời, nơi con người.

Thật vậy, ở miền xuôi, ta nào thấy được cảnh "đèo bòng" ngoạn mục như ở miền ngược! Chiếc xe công nông tưởng chừng như chỉ là phương tiện chở đồ trong nông nghiệp thì ở vùng cao này, nó được trưng dụng thành phương tiện chở người, đúng ra là chở các em học sinh dân tộc thiểu số đang ở nội trú. Nhìn cảnh tượng khá đặc biệt ấy, điều còn đọng lại trong ta chắc chắn là từ ngạc nhiên đến ngạc nhiên mà thôi. Ở đó, ánh mắt tươi vui của bọn trẻ được về làng sau những ngày học đã khiến cho bức tranh cuộc sống thêm sinh động và đẹp xinh. Và rồi, một khung cảnh khác cũng ở miền ngược khiến ta chẳng thể nào vội vàng bước qua cho kịp với đà tiến của nhịp sống. Đó là hình ảnh về một em bé người đồng bào đang ôm trọn những túi đường, bột ngọt và những chai nước mắm, dầu ăn. Nếu bạn và tôi có cháu ở trạc tuổi cô bé ấy, thì chắc chắn, những thứ được đứa trẻ ôm chặt vào lòng không thể nào là gia vị nấu đồ ăn mà thường là những con thú nhồi bông xinh xắn. Đã có lúc, ta đành gật gù bảo rằng: Ở đâu theo đó vậy và đây cũng chính là nét đẹp rất lạ nơi vùng cao! Về điểm này, chúng ta hãy tự tìm ra cho mình một lời giải đáp hợp lý.

Quay trở lại với khúc đoạn cuối trong cuộc đời của một vị mục tử, ta nhận thấy rõ: ở góc độ đức tin, cái chết của cha Thanh quả là đầy ý nghĩa. Về phần kẻ giết hại cha, người ấy tựa con sâu làm rầu nồi canh, chính con sâu ấy đã tước đi mạng sống của một nhà truyền giáo chân chính và gây thêm tiếng dữ cho vùng cao Tây Nguyên. Dù vậy, ước gì chúng ta đừng để cho con sâu ấy tàn phá và gặm nhấm sự phong phú, đa dạng cùng nhiều điều mới lạ ở nơi đây.

Có lẽ, mọi người sẽ nhắc mãi đến cái chết của cha Giuse Thanh như một lời minh chứng hùng hồn về tính khắc nghiệt của vùng trời Tây Nguyên. Và có lẽ, người ta cũng sẽ không thể nào thôi tặc lưỡi, rồi lắc đầu tỏ ý ái ngại, ngán ngẩm mỗi lúc nhắc đến một miền đất với những gian khó, với sự non yếu về tri thức; lại cộng thêm sự dè dặt, canh chừng, ngăn cản và mập mờ của nhiều thế lực lạ... Dẫu vậy, mảnh đất này vẫn luôn cần có những nhà truyền giáo nhiệt tâm để thực thi những điều Chúa truyền dạy và để giới thiệu chân dung thánh thiện của Thiên Chúa tình yêu cho mọi người.

Nguyện trao dâng vào bàn tay quan phòng của Chúa chặng đường dài không tránh khỏi biến động nơi các vùng truyền giáo. Xin đừng để cho bất kỳ ai lưu giữ tư tưởng làm mất dần đi những nét đẹp vốn có từ cuộc sống này và chung tay với những tâm hồn thiện chí đang nỗ lực dựng xây thế giới ngày một đi lên.

> *Hội Dòng Nữ Đa Minh Rosa Lima đã hiện diện trên Giáo phận Kon Tum hơn 15 năm qua để phục vụ việc truyền giáo cho người sắc tộc. Hội dòng đã có 6 cộng đoàn sống rải rác nhiều nơi để lo cho đồng bào nhất là các em nội trú nữ.*
> *http://daminhrosalima.net/*

SA LOONG,
MIỀN ĐẤT HỨA

Lm. Tađêô Hồ Vĩnh Thịnh, OP

Mười ngày sau biến cố Sa Loong, nhiều người vẫn thức mình viết điều gì đó. Quả thật, rất khó! Mọi việc diễn ra quá nhanh, dồn dập, dường như chưa có thời gian để suy nghĩ, để nhìn lại, để lắng đọng. Bây giờ, nói đến Sa Loong, ta dễ hình dung ra những biến cố kinh hoàng, nếu không muốn nói là miền đất dữ. Thế nhưng, cũng có người ao ước một lần được đến Sa Loong. Thôi thì, trước khi mọi việc được sáng tỏ, (hy vọng thế) xin có đôi lời chia sẻ về mảnh đất Sa loong, nơi mình đã có một thời gian gắn bó trực tiếp.

1. Sa Loong, mảnh đất biên giới

Giáo họ Sa Loong nằm gọn trong xã Sa Loong, một xã cách thành phố Kon Tum chừng 80km về hướng Tây Bắc, là xã có đường biên giới rừng với Campuchia. Xã Sa Loong gồm 6 thôn với khoảng 6 ngàn cư dân, trong đó giáo dân khoảng hơn 2 ngàn (người Kinh khoảng 200 người). Hai làng Giang Lố 1 và 2 là hai làng người sắc tộc Xê Đăng, đã theo đạo từ những năm 40 của thế kỷ trước. Cho đến nay, làng Giang Lố 1 gần như theo đạo toàn tòng (nơi có nhà cộng đoàn của anh em Đa Minh và cũng là nơi dự định sẽ xây nhà thờ). Làng Giang Lố 2 (là nơi cha Thanh bị sát hại) cũng theo đạo từ lâu nhưng vì không có linh mục ở bên chăm sóc, nên khoảng một nửa làng theo Hà Mòn (như một lạc giáo của vùng Tây Nguyên).

Sa Loong ngoài ra còn có 2 làng người sắc tộc Ka Dong chưa theo đạo, chỉ có vài gia đình theo đạo vì lập gia đình với người Công giáo. Hai thôn còn lại của Sa Loong chủ yếu là người Mường và Thái từ ngoài Bắc mới vào theo diện đi kinh tế mới.

Ngoài ra Sa Loong còn có nhiều sắc tộc khác nữa nhưng số lượng không đáng kể.

Đôi nét sơ lược như trên cũng đủ hình dung Sa Loong là vùng đất phong phú về nhiều phương diện, đúng nghĩa là vùng đất truyền giáo!

2. Sa Loong, mảnh đất tình cảm

Theo cảm nhận cá nhân của bản thân tôi, người đã sống đủ ở các nơi mà anh em Đa Minh hiện diện tại Kon Tum, thì Sa Loong là mảnh đất tình cảm nhất.

Một phần có lẽ là vùng đất biên giới, cách khá xa vùng văn minh đô thị (cùng kèm theo nhiều tệ nạn). Nhưng phần lớn là vì họ theo đạo đã lâu nhưng không có linh mục hiện diện với họ. Trước kia, muốn đi lễ Chúa nhật, họ phải đi gần 20 km để ra nhà thờ Đăk Mốt dự lễ, chưa kể đường xá khó khăn, mưa gió. Thỉnh thoảng các cha mới vào đó dâng lễ nhưng cũng gặp nhiều khó khăn. Kể từ khi anh em Đa Minh phụ trách Giáo họ, với sự cố gắng của cha Hội, cùng với những tương quan tốt, dần dần thánh lễ được cử hành thường xuyên hơn. Mới đầu một tháng một lần, rồi sau là mỗi một tuần đều có. Nhà nguyện tạm bợ mượn nhà dân cũng phải nhiều lần thay đổi địa điểm để có thể có một chỗ thích hợp hơn. Cha Hội có làm được một căn nhà Nội trú, nhưng chưa một lần ngủ lại.

Đến cuối năm 2019, cha Hội về Tu xá làm Bề trên, mình từ Rờ Kơi sang Đăk Mốt để tiếp nối công trình cha Hội. Thời gian đầu cũng giống cha Hội, đi đi về về gần 20km mỗi khi dâng lễ. Vào khoảng tháng 3 năm 2020, mình ở lại căn nhà nội trú mà cha Hội đã làm. Thời gian đầu cũng có nhiều dè dặt nhưng rồi mọi sự cũng ổn. Gần hai năm ở với bà con, cả người sắc tộc lẫn người Kinh, điều mình dễ dàng nhận thấy nơi họ là tình cảm. Có lẽ mình là linh mục đầu tiên ở lại với họ chăng? Chắc không phải thế, họ quý mến các linh mục tu sĩ nói chung, cả những người trước đây đã giúp họ, dù chỉ một thời gian ngắn. Có lẽ lòng yêu mến đó xuất phát từ lòng yêu mến Chúa. Thật vậy, dù kiến thức còn nhiều hạn chế nhưng lòng đạo thì không thua kém bất cứ nơi nào. Đi rừng được món gì ngon họ cũng mang đến. Vào ngày mùa thì nào là gạo, bơ, bắp, măng, v.v.. của tặng đơn sơ như tấm lòng chân thành của người dân nơi đây. Mỗi lần cần làm việc gì chung, chỉ cần thông báo một tiếng là từ người già đến thanh niên sẽ tập trung đến rất đông và làm việc nhiệt tình. Tuy đời sống kinh tế còn nhiều khó

khăn nhưng lòng quảng đại của anh chị em nơi đây không hề thua kém nơi nào. Về vấn đề này, tôi có thể mượn lời của thánh Phaolô để nói về họ như sau: "Trải qua bao nỗi gian truân, họ vẫn được chan chứa niềm vui; giữa cảnh khó nghèo cùng cực, họ lại trở nên những người giàu lòng quảng đại" (2Cr 8, 2).

3. Sa Loong, mảnh đất đáng thương

Sa Loong, tuy là mảnh đất giàu tình cảm, nhưng cũng lại là mảnh đất đáng thương. Như đã nói, những người Xê Đăng gốc nơi đây đã theo đạo từ những năm 40 của thế kỷ trước, nhưng vì ở xa nhà thờ, xa Giáo xứ, nên đời sống đức tin của họ phải chịu nhiều thử thách và thiệt thòi. Ngày nay, đường xá đã thuận lợi, nhưng việc đi lại giữa Sa Loong và Đăk Mốt (nơi có nhà thờ xứ) cũng mất 20 phút. Trước kia, đường xá khó khăn, phương tiện đi lại không có, ta cũng dễ dàng hình dung những khó khăn mà họ phải trải qua khi giữ đạo.

Nhóm người Kinh chủ yếu từ Thanh Hóa, Ninh Bình vào mua đất làm rẫy, họ có lòng đạo, nhưng vì kinh tế khó khăn nên cũng chịu nhiều vất vả. Thời gian đầu, họ ở trong rẫy, muốn đi lễ phải đi bộ về làng, nhiều người phải mượn xe để ra Giáo xứ đi lễ. Tuy khó khăn, nhưng họ vẫn giữ được lòng nhiệt thành. Những năm gần đây, đời sống kinh tế khá hơn thì nhóm người Kinh là những người có nhiều đóng góp để xây dựng Giáo họ và là những người cộng tác tích cực với các cha.

Từ trước, các cha và các tu sĩ nam nữ (Giáo xứ Đăk Mốt có sự hiện diện của các Yă (Soeur) Dòng Ảnh Phép Lạ, các Sơ Dòng Đức Mẹ Vô nhiễm, Phú Xuân - Huế) đã muốn vào giúp Giáo họ, nhưng vùng biên giới, cộng với nhiều khó khăn khác, nên số lần vô ra cũng chỉ cầm chừng. Đã có thời gian phải đưa nhân sự từ Sa Loong ra Đăk Mốt để được đào tạo về Giáo lý, Phụng vụ, Kinh Thánh, nhạc, v.v..

Mọi diễn tiến tưởng chừng như đang tốt đẹp khi có các cha vào ở trực tiếp với họ, cùng với chủ trương của Tỉnh chấp thuận có đất tôn giáo để xây nhà thờ chính thức và sẽ tách xứ (tiến trình đang ở bước chuyển đổi đất tôn giáo), thì biến cố bất ngờ và đau thương lại xảy ra. Một biến cố mà không ai có thể lường trước, một sự thật mà nếu nó chưa diễn ra thì có nói cũng chẳng ai tin. Thế nhưng rất tiếc nó lại là sự thật. Người ngoài cuộc còn bàng hoàng huống chi người trong cuộc. Nhìn ánh mắt hoảng hốt của bà con mà lòng lại quận đau.

4. Sa Loong, mảnh đất hứa

Với biến cố của cha Thanh, nhiều người (trong đó có nhiều người dân Sa Loong) tự hỏi: rồi đây Sa loong sẽ ra sao?

Chắc chắn đó sẽ là một nỗi đau không dễ xóa bỏ. Chắc hẳn là một vết sẹo không dễ chữa lành. Vết thương vẫn còn đó trong tâm trí những người chứng kiến, giọt máu vẫn lặng yên trong lòng đất Sa Loong. Lời Chúa Giêsu vẫn còn vang vọng: Thật, Thầy bảo thật anh em, nếu hạt lúa gieo vào lòng đất mà không chết đi, thì nó vẫn trơ trọi một mình; còn nếu chết đi, nó mới sinh được nhiều hạt khác (Ga 12,24).

Cha Thanh như hạt giống đã được gieo vào lòng đất Sa Loong, để rồi Sa Loong trở nên mảnh đất đầy hứa hẹn. Gạt qua một bên động cơ hay hiềm thù (nếu có), chúng ta tin những giọt máu của cha Thanh sẽ không trở nên vô ích. Những giọt máu đó chắc chắn sẽ mang lại cho Sa Loong niềm hy vọng, niềm hy vọng được đặt nền trên mồ hôi nước mắt của bao người đi trước, và nhất là trên máu của cha Giuse.

Chúng ta, những anh em Đa Minh, có bổn phận làm cho miền đất hứa Sa Loong trổ sinh những hoa trái cụ thể. Trách nhiệm đó không chỉ dành cho những Anh em đang hiện diện và phục vụ tại Kon Tum, nhưng là trách nhiệm chung của Dòng.

Chúng ta hãy cầu nguyện cho nhau, cho sứ vụ chung của Dòng, cho sứ vụ Tại Kon Tum và đặc biệt cho Sa Loong, miền đất hứa của Tỉnh dòng.

(Ngày 09/02/2022, mười ngày sau biến cố cha Giuse)

Lm. Tađêô Hồ Vĩnh Thịnh, OP, sinh trưởng tại tỉnh Gia Lai, đã phục vụ tại nhiều cộng đoàn Đa Minh tại Giáo phận Kon Tum trong đó có Giáo họ Sa Loong gần 2 năm. Hiện cha đang là Cha xứ Giáo xứ Kon Rơbang. Email: thinhpleiku@gmail.com

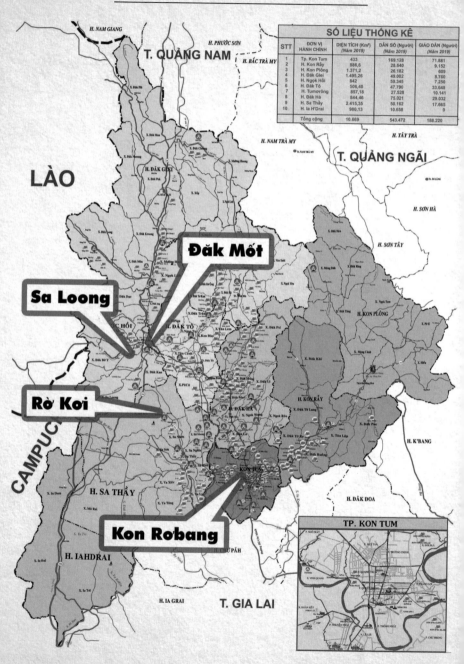

BẢN ĐỒ GIÁO MIỀN KON TUM
Giáo phận Kon Tum

Giới thiệu sơ quát

Các địa điểm

và Các sinh hoạt truyền giáo của anh em Đa Minh

cho người sắc tộc tại Giáo phận Kon Tum

I. NHỮNG BƯỚC CHÂN KHAI PHÁ

Với sứ vụ mở rộng biên cương truyền giáo đến các dân tộc theo linh đạo của dòng, anh em Đa Minh Việt Nam đã mở con đường tiến lên miền Tây Nguyên Việt Nam, khởi đầu là Giáo phận Ban Mê Thuột vào năm 2000, và tiếp tục là Giáo phận Kon Tum vào năm 2005 nơi có rất nhiều người sắc tộc thiểu số sinh sống.

Giuse Nguyễn Hữu Phú, OP

Ba thừa sai Đa Minh đầu tiên đặt chân lên miền đất Kon Tum và trú ngụ tại Tòa Giám mục học tiếng Bahnar là thầy Luca

Nguyễn Văn Mạnh, OP, thầy Phêrô Huỳnh Thúc Quán Cầu, OP, và thầy phó tế Giuse Nguyễn Hữu Phú, OP. Sau một thời gian học tiếng dân tộc, thầy Phó tế Giuse Phú, OP, đã được Đức Cha Giáo phận cử về hiện diện âm thầm tại một "vùng trắng", nơi các tôn giáo không được phép sinh hoạt, huyện Kông Chro, tỉnh Gia Lai. Đây là bức ảnh quý giá còn lưu lại chụp "bác nông dân" Giuse Phú, OP, hiện diện âm thầm tại giáo điểm truyền giáo đầu tiên của anh em Đa Minh ở huyện Kon Choro, Giáo phận Kon Tum.

II. GIAI ĐOẠN PHÁT TRIỂN.

Từ sự hiện diện tiên phong âm thầm và kiên trì đó, sứ vụ truyền giáo của anh em Đa Minh tại Kon Tum bắt đầu được khởi sắc và phát triển từ năm 2011 khi Đức Cha Giáo phận chính thức trao Giáo xứ Kon Rơbang cho dòng Đa Minh coi sóc. Anh em Đa Minh đã toàn tâm, toàn lực sống và phục vụ người sắc tộc bằng cách thăng tiến đời sống của họ, không những về mặt thiêng liêng mà còn về các mặt kinh tế, xã hội, giáo dục, y tế … tại các nơi mà Giáo phận lần lượt trao phó cho Dòng.

Đến nay, với số nhân sự gồm 10 anh em linh mục, 2 phó tế, 2 tu huynh và 4 thầy thực tập mục vụ, chúng tôi đang đảm nhận một vùng truyền giáo rộng lớn gần 140km2, với khoảng 22.000 dân số, trong đó có trên 10.000 giáo dân, gồm 4 sắc tộc là Bahnar, Xê Đăng, Hơ Lăng và Jarai, tại các địa điểm sau:

1. Giáo xứ Kon Rơbang thuộc xã Vinh Quang, thành phố Kon Tum:

Đây là một Giáo xứ rộng lớn với trên 5.000 tín hữu người Bahnar sống tập trung trong 4 làng, cách trung tâm thành phố Kon Tum 3 km về hướng Tây hiện do cha Tađêô Hồ Vĩnh Thịnh, OP, làm cha xứ và 2 thầy phụ giúp. Với một cộng đoàn trẻ trung và năng động, anh em đã cùng chung tay củng cố đời sống thiêng liêng cho bà con giáo dân trong Giáo xứ, tổ chức các đoàn thể, các lớp giáo lý cho mọi lứa tuổi, nhất là giáo dục giới trẻ biết định hướng cuộc sống, không chạy theo những trào lưu đua đòi của thời đại. Anh em còn phát huy tài năng múa hát và đánh cồng chiêng vốn sẵn có nơi dân làng Kon Rơbang, bằng việc tập tành điêu luyện để không những phục vụ các lễ nghi phụng vụ mang màu sắc dân tộc tại Giáo xứ mà còn cả Giáo phận trong các lễ hội nữa.

2. Giáo họ Đăk Xú và nhà Cộng đoàn Đăk Mốt, huyện Ngọc Hồi

Vào năm 2014, thể theo nhu cầu truyền giáo của Giáo phận, Đức Giám mục đã bổ nhiệm hai anh em Đa Minh làm phụ tá Giáo xứ Đăk Mốt, cách thành phố Kon Tum 60 km về hướng Bắc, để giúp

cha xứ coi sóc hai Giáo họ Sa Loong và Đăk Xú. Đây là hai xã sắc tộc Xê Đăng. Họ đã theo đạo từ 1936, qua các vị thừa sai người Pháp. Nhưng vì là xã biên giới, nên việc sinh hoạt tôn giáo rất hiếm hoi và khó khăn. Dân chúng nghèo khổ và bị hạn chế nhiều mặt. Tuy nhiên, hai cha vẫn vui vẻ đảm nhận và kiên trì "bám trụ". Hiện Cha Gioan Ngô Hoàng Phương, OP, đang làm trưởng cộng đoàn và đang coi sóc mục vụ xã Đăk Xú với gần 2000 giáo dân sắc tộc Xê Đăng.

3. <u>Giáo họ Sa Loong, huyện Ngọc Hồi.</u>

Đây là Giáo họ thuộc Giáo xứ Đăk Mốt được ủy thác cho anh em Đa Minh từ năm 2016 gồm 2 làng Giang Lố 1 và 2 với hơn 2.000 giáo dân thuộc sắc tộc Xê Đăng. Tại đây mới xảy ra biến cố Cha Giuse Trần Ngọc Thanh bị sát hại khi dâng lễ tại làng Giang Lố 2 ngày 29/01/2022. Hiện nay cha Antôn Phạm Minh Châu, OP, đang coi sóc cùng cha phó Phaolô Nguyễn Văn Lệnh, OP, và ba tu sĩ Đa Minh. Giáo họ này sắp được phép chính quyền lên Giáo xứ và cho phép xây dựng nhà thờ.

4. Giáo xứ Rờ Kơi xã Rờ Kơi, Huyện Sa Thầy, tỉnh Kon Tum.

Giáo xứ này nằm trong vùng truyền giáo rộng lớn huyện Sa Thầy, dọc theo biên giới Việt Nam-Campuchia, gồm nhiều làng dân tộc người Hơ Lăng với hơn 2000 giáo dân sắc tộc, được trao cho dòng Đa Minh năm 2016. Hiện cha Luca Nguyễn Văn Mạnh, OP, đang đảm nhiệm Giáo xứ này và thầy phó tế Giuse Nguyễn Văn Bình, OP. Bên cạnh đó, anh em cũng được các sơ Đa Minh Tam Hiệp lên lập cộng đoàn để cộng tác trong công việc mục vụ và truyền giáo. Anh chị em đã cùng nhau thể hiện nếp sống tu trì qua việc tham dự chung những thánh lễ, phụng vụ, rồi cùng chung tay tận tụy lo cho giáo dân cũng như lương dân về mọi mặt: từ nước

sạch cho dân uống, bữa ăn điểm tâm cho các học sinh trước khi đến trường, thuốc men cho bệnh nhân, tạo công ăn việc làm cho dân chúng.

5. <u>Giáo điểm truyền giáo Morai, xã Morai huyện Sa Thầy.</u>

Mô Rai là một xã cuối cùng của huyện Sa Thầy, nằm dọc theo biên giới Campuchia, cách Giáo xứ Rơkơi 30km, nơi cư ngụ của khoảng 6.000 người Sắc tộc Jarai và Rờ Mâm, nhưng đến nay chỉ có vỏn vẹn hơn 100 người Công giáo kể cả người Kinh lẫn sắc tộc. Giáo phận đã trao cho anh em Đa Minh đảm nhận giáo điểm này từ năm 2014. Vì là vùng biên giới, nên các sinh hoạt tôn giáo cực kỳ khó khăn. Sau một thời gian âm thầm hoạt động, anh em Đa Minh đã làm quen với nhiều gia đình và đưa được một số trở về với Chúa. Hiện chúng tôi đã mua sẵn đất làm nhà nguyện sau này và cắt cử nhân sự học tiếng Jarai, để khi có điều kiện sẽ xây dựng Hội thánh tại đây như ở Giáo họ Sa Loong, nhưng còn phải thêm thời gian và ơn Chúa nhiều. Xin các độc giả thêm lời cầu nguyện cho giáo điểm này.

6. <u>Tu xá Luis Bertran và Giáo họ biệt lập Plei Dỡn, thành phố Kon Tum.</u>

Sau nhiều năm hiện diện ở Giáo phận Kon Tum và được phân bổ đi làm việc mục vụ truyền giáo tại các địa điểm trên đây, anh em Đa Minh thấy cần có một nhà chính để quy tụ và điều hành chung. Qua năm 2017, Tỉnh dòng đã cho phép và giúp đỡ chúng tôi xây dựng được một ngôi nhà cộng đoàn tại thành phố Kon Tum, có thể trú ngụ 6 anh em ở tại chỗ và đón tiếp anh em các cộng đoàn về sinh hoạt. Được xây dựng ngay tại thành phố Kon Tum, chúng tôi có nhiều mặt thuận lợi để tham gia nhiều công tác sinh hoạt giúp cho Giáo phận như: dâng lễ và dạy học cho các cộng đoàn dòng tu, chăm lo phần thiêng liêng cho các bệnh nhân ở bệnh viện tỉnh Kon Tum, mục vụ sinh viên Công giáo, dâng lễ và dạy giáo lý tân tòng cho các giáo điểm truyền giáo.

III. NHỮNG CÔNG VIỆC ANH EM ĐA MINH ĐANG THỰC HIỆN TẠI Kon Tum

A. Thực trạng đời sống của đồng bào sắc tộc thiểu số tại Giáo phận Kon Tum.

Đồng bào dân tộc thiểu số mà chúng tôi coi sóc hiện nay, mặc dẫu đã có nhiều làng, nhiều miền tiếp xúc với nếp sống văn minh của người Kinh, nên đã có nhiều tiến bộ hơn xưa, tuy nhiên cũng còn rất nhiều người vẫn sống trong tình trạng nghèo khổ, thất nghiệp, bệnh tật, nhà cửa rách nát, thiếu điều kiện học hành hoặc không muốn học hành. Nguyên nhân là vì trước đây, họ theo truyền thống cha ông, sống trong rừng núi chỉ biết nghề săn bắn, hái lượm hoặc trồng trọt những loại cây khoai mì, lúa bắp và chăn nuôi gia súc như trâu, bò, heo, gà. Nói chung, họ chỉ biết sống bằng nông nghiệp chứ không biết làm các nghề khác như dịch vụ, buôn bán, công nhân, công ty... Với bản chất thiên nhiên, họ sống rất thật thà, bình dị, rất có năng khiếu về âm nhạc múa hát nhưng lại rất chậm về tính toán, khó hiểu biết và suy nghĩ những điều trừu tượng. Vì vậy, ngoại trừ một số rất ít người thành đạt, nói chung họ không thích học hành hay mạo hiểm đi làm ăn ở xa làng mạc, và nếu có dám đi thì không được các công ty thu nhận vì thiếu trình độ văn hóa.

Thêm vào đó, cuộc sống hiện tại ở Tây Nguyên đang trở nên khó khăn. Núi rừng không còn để cho họ lượm hái và săn bắt, sông suối ô nhiễm, đất đai ngày càng cằn cỗi và thu hẹp không đủ cung cấp lương thực nên đời sống của họ hết sức vất vả mà không đủ sống.

B. Những công việc thường xuyên chúng tôi đang thực hiện tại Giáo phận Kon Tum

Là những linh mục tu sĩ sống giữa hoàn cảnh của những người dân tộc thiểu số trên, chúng tôi đã cố gắng nỗ lực xoay sở làm những gì có thể để giúp đỡ họ không những về mặt tinh thần mà còn lo cho cuộc sống vật chất của họ và con cái trong hiện tại và tương lai được phát triển và vươn lên mà không đánh mất bản sắc dân tộc của họ.

1. <u>Xây dựng những nhà nội trú nuôi dưỡng miễn phí các em dân tộc:</u>

Tại bốn địa điểm mà chúng tôi đang coi sóc là các Giáo xứ Kon Rơbang, Rơ Kơi, Giáo xứ Sa Loong và Cộng đoàn Đăk Mốt, chúng tôi đều có xây dựng các nhà nội trú trong nhà cộng đoàn của chúng tôi để nhận nuôi dưỡng và dạy dỗ văn hóa miễn phí các em học sinh đồng bào hiếu học ở các buôn làng xa xôi, không có điều kiện học hành.

a. Nhà nội trú Giáo xứ Kon Rơbang được thành lập từ năm 2011, hiện đang nuôi 45 em đồng bào từ lớp 4 đến lớp 12.

b. Nhà nội trú Giáo xứ Rờ Kơi hiện đang nuôi 17 em học sinh.

c. Nhà nội trú cộng đoàn Đăk Mốt tại thị trấn Plei Kần 17 em.

Đây là nơi gần thành phố có trường cấp 3. Chúng tôi dùng nhà này để đón nhận các em ở trong các làng vùng xa đã học hết cấp hai, muốn tiếp tục học lên cao đến ăn học.

d. Nhà nội trú tại Giáo xứ Sa Loong, tuy mới thành lập sau cùng nhưng cũng đang nuôi 14 em.

Hằng ngày các em đến học ở trường của nhà nước. Khi về nhà nội trú, chúng tôi sắp xếp thời giờ cho các em có thói quen ngồi học và làm bài từ khi còn nhỏ rồi thuê thầy cô dạy kèm thêm để các em làm bài tập ở nhà trường và có thêm kiến thức theo kịp các học sinh người kinh ở nhà trường.

2. <u>Thành lập "Câu Lạc bộ Hiếu Học" để khuyến khích các em siêng năng học tập.</u>

Ngoài việc nhận vào nội trú dành cho các em ở xa đến ăn ở và học hành, ngay tại địa điểm các Giáo xứ chúng tôi đã liên lạc với nhà trường để tổ chức "Câu lạc bộ hiếu học" nhằm thúc đẩy các em trong Giáo xứ siêng năng đến nhà trường và chăm chỉ học hành. Em nào gia nhập câu lạc bộ phải và tuân giữ nội quy và được quyền lợi là mỗi sáng trước khi đi học, được lãnh phần ăn điểm tâm. Với phần lương thực này, các em hăng hái đến lớp và có sức để học tập vì nhiều em đi học mà không có gì ăn sáng. Ngoài ra, trong mỗi học kỳ em nào học giỏi sẽ được cấp học bổng.

3. Xây dựng hệ thống nước sạch cho đồng bào dân tộc

Trước đây, người sắc tộc không quen đào giếng lấy nước dĩ nhiên các làng không có nước máy như ở các thành phố. Mỗi khi đi lập làng mới, cha ông họ thường đi tìm đến những nơi nào có "nước giọt" tức là nơi có mạch nước từ đất chảy ra quanh năm. Toàn dân tập trung đến tắm giặt và đem nước tại đó về nhà để uống và nấu nướng hằng ngày. Ngày nay do số người ở đông đảo, đất đai bị nhiễm các chất hóa học, thuốc sâu và… rác rến nên nước bị ô nhiễm không còn sạch sẽ như xưa. Nhiều nơi và nhiều người bị nhiễm bệnh do sử dụng nguồn nước này. Khi đến ở với dân làng, chúng tôi đã khoan giếng và xây dựng một hệ thống nước tinh khiết cho cả làng đến múc đem về dùng miễn phí. Chi phí đóng một giếng sâu và có nhiều nước cũng như chi phí thiết lập hệ thống nước lọc tinh khiết cũng rất nhiều tiền. Nhưng chúng tôi cũng phải cố gắng tìm kiếm để giúp đồng bào bảo đảm được sức khỏe khi dùng nước.

4. Giúp các gia đình trẻ mới ra ở riêng có một mái nhà xứng đáng thay vì phải ở trong "cái chòi" hay "cái chuồng".

Các gia đình sắc tộc thường có nhiều con cái, trung bình từ 4 tới 5 con. Nhưng cũng có những gia đình có từ 8 tới 10 con. Do đó những người con lớn khi đã có gia đình thì phải đi sống riêng. Nhưng vì cha mẹ cả hai bên nội ngoại đều nghèo khổ không giúp đỡ gì được cho nên họ phải sống trong những túp lều giống như một cái chuồng được che chắn bằng những tấm tôn cũ kỹ, những tấm vải bạt rách nát, hay tấm phên mục nát. Họ và con cái phải chịu đựng cái nóng hừng hực của mùa nắng hoặc cái ướt át và lạnh lẽo của mùa mưa và mùa đông. Từ đó con cái họ mắc phải nhiều bệnh tật rất đáng thương. Trong các năm qua, chúng tôi đã xin ân nhân tài trợ để giúp làm khoảng 50 nhà mới. Chi phí trung bình xây dựng mỗi nhà ngày nay khoảng 70.000.000 VMD tức khoảng 3000 USD. Chúng tôi xin gửi đến quý vị một vài tấm hình nhà cũ của họ và nhà mới mà chúng tôi thực hiện thực hiện trong năm vừa qua.

"Chòi", nhà anh A Nét và chị Y Oanh trước đây và hiện nay

5. Phục vụ các bệnh nhân dân tộc nghèo đến chữa trị tại bệnh viện Kon Tum.

Vì Tu xá Đa Minh ở gần bệnh viện Đa khoa tỉnh Kon Tum nên Đức Cha Giáo phận đã trao cho chúng tôi chăm lo về mặc tinh thần cho các bệnh nhân đến chữa trị tại bệnh viện từ nhiều năm qua. Ngoài việc trao ban bí tích cho họ, chúng tôi còn chăm lo cho họ có buổi ăn sáng miễn phí, mua thuốc men cho người không có bảo hiểm y tế, giúp tiền di chuyển cho những bệnh nhân nặng phải chuyển viện.

Mới đây, thể theo ước nguyện của Giáo phận, chúng tôi và và các ân nhân đã xây dựng một nhà "Lưu trú bệnh nhân" rộng 200m², có thể đón tiếp cùng lúc từ 15 đến 20 người Sắc tộc ở vùng sâu vùng xa, đến bệnh viện tỉnh chữa bệnh, chờ tái khám mà không điều kiện để trở về hay thuê phòng trọ.

IV. TẠM KẾT

Nhìn lại những chặng đường của chúng tôi thi hành sứ vụ tại Giáo phận Kon Tum trong 16 năm, xin quý vị hãy cùng với chúng tôi cất lời tạ ơn Thiên Chúa, Đức Mẹ Mân Côi đã dùng anh em chúng tôi làm cho Tin mừng được vang xa đến vùng rừng núi Tây Nguyên gồm nhiều buôn làng, nhiều sắc tộc, trước đây chưa hề thấy bóng dáng áo trắng Đa Minh, nay được thấy ánh sáng chân lý ngày một tỏa rạng.

Từ những bước chân khởi đầu là các thầy thực tập mục vụ, thầy phó tế lên Kon Tum bập bẹ học tiếng dân tộc Bahnar, đến nay chúng tôi đã có nhiều anh em linh mục tu sĩ được bổ nhiệm chính thức coi sóc 6 địa điểm và mỗi anh em đều có thể sử dụng một ngôn ngữ nơi địa phương mình đang ở, để cử hành các bí tích và giao tiếp hằng ngày với dân làng. Từ giáo điểm truyền giáo đầu tiên là ngôi nhà vách tôn tạm bợ rộng 4m x 6m, đến nay anh em đã xây dựng hoặc sửa sang 4 nhà cộng đoàn và 4 nhà nội trú, đặc biệt đã có một Tu xá với đầy đủ pháp lý đạo đời để nói lên sự quyết tâm hiện diện lâu dài của anh em Đa Minh trên vùng đất Tây Nguyên này.

Tuy nhiên, đó cũng chỉ là những thành quả khởi đầu của dấu chân anh em Đa Minh hiện diện trên vùng đất Tây Nguyên này. Cánh đồng truyền giáo của Giáo phận Kon Tum vẫn còn rất bao la bát ngát. Vẫn còn nhiều buôn làng tại các huyện như Tumơrông Ngọc Hồi, Đăk Glei phía Bắc và huyện Ia H'Drai phía Nam tỉnh Kon Tum, người dân tộc chưa hề được nghe nói gì về Tin mừng của Chúa mà còn sống theo các hủ tục ông bà để lại để kéo dài kiếp sống nghèo khổ dù giữa thế giới văn minh này vẫn còn nhiều sắc tộc Hre, Kadong, Brâu ...của Giáo phận Kon Tum chưa hề có Lời Chúa bằng ngôn ngữ của họ như anh em Tin lành đã làm. Xin cầu nguyện và hỗ trợ cho anh em Đa Minh chúng tôi về tinh thần cũng như vật chất để chúng tôi tiếp tục mở rộng sự hiện diện trên vùng Tây Nguyên này, đưa sứ vụ Lời của Dòng ngày một vang xa, vang sâu hơn và đời sống đồng bào sắc tộc ngày một thăng tiến hơn.

Lm. Antôn M. Z. Phan Tự Cường, OP
Trưởng Ban Truyền giáo Giáo phận Kon Tum.

Email: tcuongop@gmail.com
Phone: 09885424488.

Lời kết

Hãy Tiếp Nối Sứ Mạng Với Cha Giuse Thanh, OP

Lm. Antôn M. Z. Phan Tư Cường, OP

Xin mượn ý tưởng bài "Linh mục Giuse Trần Ngọc Thanh đã hoàn thành sứ mạng" của cha Giuse Nguyễn Trọng Viễn gửi cho anh em Đa Minh Kon Tum trên đây như một lời kết cho tập sách này.

Sự ra đi của cha Giuse Thanh xảy ra quá mau chóng, quá tình cờ tại nơi cha đang truyền giáo và đang khi cử hành Bí tích Hòa Giải cho các hối nhân đã hàm chứa một chiều sâu nhiều ý nghĩa trong chương trình của Chúa mà chúng ta cần phải khám phá trong dòng chảy của sứ vụ loan báo Tin mừng.

Nó không những chỉ mang ý nghĩa cho những người có tương quan trực tiếp đến cha như gia đình và thân nhân của cha, các anh em Đa Minh đang dấn thân Loan báo Tin mừng tại Tây Nguyên, tỉnh dòng Đa Minh Việt Nam mà có thể nói được, nó còn mang ý nghĩa cho đời sống của mỗi người Kitô hữu, cho người sống đời thánh hiến, và cho cả các linh mục đặc biệt cho việc Loan báo Tin mừng tại Việt Nam.

Qua các bài trong tập sách này, chúng ta được đọc tâm tình của rất nhiều thành phần từ Đức Giám mục, các linh mục, tu sĩ nam nữ thuộc nhiều dòng tu khác nhau đề cập đến cha Giuse Thanh. Có người đã từng biết cha, có người chưa hề gặp Ngài bao giờ nhưng khi nghe biến cố cha bị sát hại, khi nhìn khuôn mặt người mục tử hiền hậu của cha nhất là khi dõi theo cuộc đời dấn thân Loan Báo Tin mừng với  người nghèo sắc tộc, thì ai nấy đều trào tràn những niềm cảm xúc về nhiều góc độ khác nhau thật đáng trân trọng.

Mọi người đều mong muốn rằng "hạt lúa mì Ngọc Thanh" gieo vào lòng đất Sa Loong sẽ không "trơ trọi một mình" nhưng nảy sinh thật nhiều bông hạt.

Cuộc đời của cha Giuse Thanh đã được hoàn thành như một lễ dâng, như một hy lễ toàn thiêu dâng lên cho Thiên Chúa, hẳn phải trở nên mạch sống tràn trề phúc lộc cho mỗi người chúng ta.

Cuộc đời của cha Giuse Thanh phải được giương cao lên cho thế giới, và nhất là cho con người Việt Nam hôm nay, trong nước cũng như hải ngoại về việc chọn lựa cho mình một lý tưởng sống.

Cuộc đời của cha cha Giuse Thanh như thêm sức lực, như thổi hơi ấm cho những người đang dấn thân phục vụ với những người nghèo khổ nhất là người sắc tộc như Hội thánh khuyên dạy.

Cuộc đời của cha Giuse Thanh là ngọn lửa sưởi ấm hơn cho những tâm hồn của các linh mục tu sĩ nam nữ và các anh chị em giáo dân đang làm việc truyền giáo khắp nơi để họ vững tin hơn, hăng say hơn cho sự chọn lựa dấn thân của mình.

Trong thời đại hiện nay, giữa lúc mọi người đang mải miết "tìm chốn dung thân," giữa lúc mọi người đang bị sự ích kỷ tác động muốn tìm sự an nhàn, thích thói hưởng thụ, yên ổn…. thì hình ảnh nhà thừa sai Giuse Thanh qua cuộc đời dấn thân phục vụ và cái chết khi thi hành sứ vụ nơi vùng biên giới phải chăng là một lời cảnh tỉnh, một ngọn đuốc tỏa sáng, một lời mời gọi cho sự dấn thân, cho sự tuân phục của đức vâng lời, và cho lý tưởng truyền giáo của những người tông đồ trong thời đại mới hôm nay.

Tình Yêu Không Thể Chết, Vì Tình Yêu là Thiên Chúa! (1 Ga 4, 8), Máu của nhà truyền giáo nhiệt thành, cha Giuse Thanh đã đổ xuống để làm nền tảng đức Tin vững chắc cho muôn thế hệ mai sau nơi đất Tây Nguyên và đặc biệt tại Sa Loong, Kon Tum này, cũng sẽ như máu tử đạo của các nhà truyền giáo qua bao thế hệ trước đây đã đổ xuống đã làm đức Tin dân Chúa mạnh mẽ hơn, thôi thúc hơn, chứ không thể dập tắt hay làm tàn lụi đi!

Trong thời điểm Giáo hội toàn cầu chúng ta đang hướng về Thượng Hội Đồng Thế giới thứ XVI với chủ đề Hội thánh Hiệp Hành qua việc: Hiệp Thông, Tham Gia và Sứ Vụ. Phải chăng cái chết của cha Thanh là một mẫu gương nhắc nhở và mời gọi hết mọi người chúng ta cần đắc lực tham gia vào Sứ vụ Truyền giáo của Hội thánh toàn cầu cũng như địa phương?

Xin mọi người khắp nơi cùng hợp tác với quý cha Dòng Đa Minh Việt Nam và một số người thiện nguyện ở Sa Loong, Kon Tum và nước ngoài, tiếp tay tham gia để thực hiện những ước nguyện của cha Giuse Thanh còn đang dang dở cho giáo dân sắc tộc tại Giáo họ Sa Loong sớm hoàn thành.

Ngoài ra Tỉnh dòng Đa Minh Việt Nam cũng muốn biến mảnh đất Sa Loong này trở thành nơi hành hương để ghi nhớ nơi cha Giuse Thanh của Dòng đã đổ máu để xây dựng Hội thánh địa phương này.

Xin quý độc giả cùng hợp tác với chúng tôi tiếp nối sứ mạng của cha Thanh bằng lời cầu nguyện và đóng góp vật chất để góp phần thực hiện hai nguyện vọng trên sớm hoàn thành.

Kon Tum, ngày 15/06/2022

"

Lm. Antôn M. Z. Phan Tự Cường, OP
Trưởng Ban Truyền giáo Giáo phận Kon Tum.
Email: tcuongop@gmail.com
Phone: 09885424488.

Bạn có muốn gia nhập

Ơn gọi Tu sĩ
hay
Linh mục Đa Minh

không?

Bạn thân mến,

Qua loạt bài bạn mới đọc về cái chết anh dũng của cha Giuse Trần Ngọc Thanh, OP, trong những trang sách vừa qua, bạn có cảm phục và ái mộ cuộc sống dấn thân truyền giáo của cha không?

Bạn có muốn noi gương chọn cho mình một lý tưởng sống, ôm ấp một sứ vụ Loan báo Tin mừng của người tu sĩ Đa Minh như cha Giuse Thanh, OP, không?

Từ tám trăm năm trước, khi lập Dòng Anh Em Giảng Thuyết, thánh Đa Minh quan niệm rằng, đời tu không thể đóng khung vào sự tìm kiếm thánh thiện bản thân, mà còn phải mở ra với tha nhân. Vì thế, ngài muốn rằng các tu sĩ Đa Minh phải là những người luôn thao thức với thời cuộc, với nhu cầu của những con người đang đói khát Lời Chúa và tìm những cách thế mới rao giảng Tin mừng, để con người có thể gặp gỡ ân sủng của Thiên Chúa, ngay trong chính hoàn cảnh sống của họ.

Đời sống tu trì Đa Minh – làm nên bởi hai yếu tố chiêm niệm và giảng thuyết – là một lối sống theo Tin mừng và phục vụ Tin mừng. Sống ơn gọi giảng thuyết, các tu sĩ Đa Minh xác tín rằng, chỉ có sức mạnh của Lời Chúa mới có thể hoán cải con người, làm sụp đổ những bức tường hận thù chia rẽ, và xây nên một thế giới tốt đẹp hơn.

Đến với ơn gọi Dòng Giảng Thuyết, bạn được mời gọi khám phá sức mạnh Lời Chúa bằng chiêm niệm, rồi bạn lại để cho chính Lời Chúa đã được chiêm niệm ấy thôi thúc lên đường đến với tha nhân. Chúng tôi – những tu sĩ Đa Minh, luôn tin tưởng và chờ đón bạn gia nhập Dòng Anh Em Giảng Thuyết, để cùng với chúng tôi dấn thân cho sứ mạng phục vụ Tin mừng.

Thỉnh viện Đa Minh là nơi đón nhận ơn gọi, cung cấp cho các bạn muốn tìm hiểu ơn gọi những tri thức nền tảng trong giai đoạn huấn luyện sơ khởi, giúp các bạn đặt nền móng vững chắc cho đời sống thánh hiến tu trì theo Đoàn sủng Đa Minh. Nếu bạn muốn tìm hiểu ơn gọi Đa Minh, mời bạn tìm đọc bài viết về Linh đạo của Dòng Đa Minh.

https://thinhviendaminh.net/dong-da-minh/linh-dao/

"Hãy đến mà xem" (Ga 1,39).

"Hãy đến mà xem!" (Ga 1,39). Lời mời gọi này được nhắc lại nhiều lần trong chương I của Tin mừng Gioan. Đây là lời mời gọi mà Chúa Giêsu đã dành cho các môn đệ đầu tiên của Người. Nhiều thế hệ trẻ đã đến theo tiếng gọi này của Chúa, để đi theo Chúa trong ơn gọi tu trì Đa Minh. Lời mời gọi này cũng đang dành cho bạn đó!.

1. Nếu bạn đang ở Việt Nam hoặc ở nước ngoài nhưng muốn về sống đời dâng hiến lại Việt Nam xin tìm hiểu về ơn gọi Đa Minh qua website: *https://thinhviendaminh.net/gioi-thieu-thinh-vien-da-minh/*

Hoặc liên lạc với Cha Giám đốc Thỉnh viện Đa Minh qua Email: thinhviendaminh@gmail.com hoặc điện thoại: (028) 3897 7962.

2. Nếu bạn đang ở nước ngoài, đặc biệt ở Mỹ và Canada muốn tìm hiểu và gia nhập dòng Đa Minh xin liên lạc với:

Cha Giám Đốc ơn gọi Phụ tỉnh Đa Minh:

Tôma Aquinô Trần Thiên Ân, OP
12314 Old Foltin Rd, Houston, TX 77086, USA
Phone: 713 280 6856,
Email: thienanopmelavang@gmail.com

Phụ Tỉnh Đa Minh Việt Nam Hải Ngoại
(Calgary-Vancouver-Houston)

https://daminhptvn.org * http://lavangchurch.org/lienlac/ * https://www.youtube.com/c/LavangChurchH

Điều kiện xin vào dòng Đa Minh:

-Ý hướng tu trì ngay lành,
-Hiểu biết và thành tâm trong đời sống đức Tin Công giáo,
-Không quá 26 tuổi,
-Đã hoàn tất chương trình Đại học hoặc Cao đẳng.

Học viện Đa Minh, Gò Vấp

Ban Biên Tập

Lm. Giuse Nguyễn Cao Luật, OP
Lm. Antôn M. Z. Phan Tự Cường, OP
Tỉnh Dòng Đa Minh Nữ Vương Các Thánh Tử Đạo Việt Nam

Sr. Maria Nguyễn Ngọc Hân, OP
Nữ Tu Đa Minh tại Giáo Điểm Truyền Giáo San Jose
www.msjdominicans.org

Chuyển Ngữ

Sr. Cecilia Nguyễn Thanh Thúy, CCSS
Tu Đoàn Bác Ái Xã Hội
tdbacaichuakitotoito.org

Sửa Biên Tiếng Anh

Sr. RoseMarie Redding, CSJ
Dòng Nữ Tu Thánh Giuse tại Quận Cam
California, USA, https://csjorange.org

Thiết Kế và Trình Bày

Ts. Vinh Sơn Phùng Tuấn Anh, OP
Tỉnh Dòng Đa Minh Nữ Vương Các Thánh Tử Đạo Việt Nam

Tỉnh Dòng Đa Minh Việt Nam

229 Võ Thị Sáu, P. Võ Thị Sáu, Q. 3, TP. HCM, Việt Nam
Điện thoại: +84 028 3932 1881
Email: vietdominicans@gmail.com
http://daminhvn.net
https://www.facebook.com/dongdaminhViệt Nam/

Part 2: English
pp. ix – xvii
129 – 254

You
Have Washed
Your Robes...
(Rev 22:14)

2023
In lần thứ hai/2nd printing

"I have chosen the Way of Truth"
(Psalm 119: 30)

Fr. Joseph Trần ngọc Thanh, OP
08/10/1981 — 29/01/2022

Biography
of
Fr. Joseph Trần Ngọc Thanh, OP

- Father Joseph Trần Ngọc Thanh, OP, was born on August 10, 1981 at 332/100 Nguyễn Thái Sơn, Ward 5, Gò Vấp District, Sài Gòn. He was the 7th child of ten children of his parents Trần Văn Khuê and Anna Phạm Thị Khiêm.

- Was Baptized at Bến Hải Parish, Ward 5, Gò Vấp District, Sài Gòn, on September 7, 1981.

- Received First Holy Communion on Christmas Day, December 25, 1991, at Nữ Vương Hòa Bình Parish, Xóm Mới, Gò Vấp, Sài Gòn.

- Received the Sacrament of Confirmation on January 15, 1995, at Nữ Vương Hòa Bình Parish.

- Attended elementary school at Lý Tự Trọng Elementary School, Ward 16; middle school at Tây Sơn Middle School, Ward 13; high school at Nguyễn Công Trứ High School and graduated from high school in 1999. All the above schools were in Gò Vấp, Sài Gòn.

- Served in the military for two years, from 2000 to 2002.

- Studied at the University in Sài Gòn with a degree in Information Technology from 2002-2006.

- Joined the Dominican Postulant House in Tam Hà, Thủ Đức, from 07/2007-07/2009.

- Received the Dominican habit and became a Novice at St. Martin Priory in Hố Nai, Biên Hòa, Đồng Nai, August 16, 2009.

- Professed First Vows at St. Martin Priory on August 13, 2010, and studied philosophy at the Dominican Institute in Gò Vấp, Sài Gòn.

- Served as Pastoral ministry internship at Kon Rơbang Parish, Kontum Diocese, from June 1, 2012-May, 31, 2013.

- Mother passed away on June 2, 2014, at Nữ Vương Hòa Bình Parish.

- Professed Solemn Perpetual Vows with the Dominican Friars at Our Lady of the Rosary Priory, Gò Vấp, Sài Gòn, on August 15, 2014.

-Was ordained to the Order of Diaconate on December 13, 2016, at Our Lady of the Rosary Priory in Gò Vấp, Sài Gòn.

- Continued serving in pastoral ministry at Kon Rơbang Parish, Kontum Diocese, from 2017-2018.

- Was ordained to the Order of Priesthood at St. Albert Priory, Ba Chuông Parish, Sài Gòn, on August 4, 2018, with nine other classmates by Bishop Paul Nguyễn Thái Hợp, OP.

- Served as Parochial Vicar of Kon Rơbang Parish in Kontum Diocese from August to December 2018.

- At the end of 2018, he was appointed to Đăk Mốt Dominican Community to care for the ethnic students at the boarding house, served as Parochial Vicar at Đăk Mốt Parish, in charge of Đăk Xú and Pờ Y Missions with more than 2,000 parishioners. In addition to pastoral duties, Father committed himself to many other ministries, such as education, charity, and mission. In particular, he continued the work of Fr. Châu,

OP, which was to complete the translation of all the Roman liturgical books into the Xê Đăng ethnic language.

- Was appointed as Pastor of Sa Loong Mission at the beginning of January 2022, which included the two villages Giang Lố 1 and Giang Lố 2 with about 2,000 parishioners and was in the process of building Sa Loong Church.

- On Saturday, January 29, 2022 (Vietnam time), after celebrating the Holy Mass at Giang Lố 2 Village in Sa Loong, Fr. Thanh celebrated the Sacrament of Reconciliation. At approximately 7:30 PM, a young man with a machete used to chop trees in the forest walked into the place where Father was seated and murdered him by slashing his head twice and his neck once. His skull was broken, and the main blood vessels on his neck were cut. Fr. Thanh was brought to Ngọc Hồi District Hospital and Kontum Province General Hospital, but the doctors could not save him; he passed away at 11:30 PM at the hospital. Father's body was brought back to the Dominican Priory in Kontum.

- On January 30, 2022, a Farewell Mass, presided over by the Bishop of Kontum Diocese, was celebrated at Plei Don Chapel, Kon Rơbang Parish. After the Mass, Father's coffin was transferred to the Priory of Saint Martin in Hố Nai, Biên Hòa, Đồng Nai.

- On January 31, 2022, on the eve of the Lunar New Year, the Provincial of the Dominican Friars of the Province, Fr. Thomas Aquinas Nguyễn Trường Tam, OP, presided over the farewell Funeral Mass ceremony at St. Martin Dominican Priory Chapel Church in Hố Nai, Biên Hòa, Đồng Nai. Father Thanh's body was buried at the Cemetery of the Province of the Dominican Friars of Vietnam on the campus of St. Martin Priory.

CONTENTS

3. ON THE JOURNEY OF CONSECRATED LIFE

4. IN THE LIGHT OF THE GOSPEL

Introduction

Father Joseph Trần Ngọc Thanh, OP
Witness of the Gospel in the Central Highlands

Bishop Paul Nguyễn Thái Hợp, OP

I am pleased and honored to introduce the book "You Have Washed Your Robes …" about the death of Father Joseph Trần Ngọc Thanh, a young, enthusiastic, diligent, gentle, lovely Vietnamese Dominican priest. He was suddenly murdered with slashings on his head and neck while celebrating the Sacrament of Reconciliation. He became this special "witness to the Gospel" on January 29, 2022, at Sa Loong sub-parish mission, Đăk Mốt Parish in Kontum Diocese. The Dominicans published this book in Vietnamese in Vietnam on the one-month anniversary (30 days after Father's death), and now it has been recompiled, added writing, translated, and published bilingually in Vietnamese and English.

In the past few months, news and pictures of the tragic death of this "Witness of the Gospel" have quickly spread throughout Vietnam and worldwide via the media networks: Facebook, YouTube, video clips, radio and television stations everywhere, in many languages. News has been full of information and pictures about "The Witness of the Gospel, Fr. Joseph Trần Ngọc Thanh."

As a bishop, in 2018, I conferred the priestly ministry on Joseph Trần Ngọc Thanh, but I never saw him again. I had visited Ngọc Hồi and Kontum, and I had stopped at Sa Loong, but I did not have the opportunity to meet Fr. Thanh again before his brutal, unexpected death.

It is true that Father Joseph Thanh lived silently, quietly and also died silently, innocently and calmly while diligently carrying out his daily pastoral work. However, it is that silent and humble "witness of the Gospel" that is now loved and admired by many.

After Father Thanh passed away and was buried in the Dominican cemetery at Hố Nai, I visited his grave. Many people have been paying visits and praying at Fr. Thanh's grave. I have seen a few plaques sporadically thanking Father Thanh for certain supplications that God accepted through Fr. Thanh's intercessions. Up to now, after five months of his lying down, the number of thanksgiving plaques at Fr. Thanh's gravesite has reached more than 50.

I am happy and honored to introduce this book to the readers, especially to young people, so that they can better understand the missionary life of Father Thanh as well as the missionary apostolate with the ethnic people of the Vietnamese Dominican Province in Kontum Diocese, Vietnam. I hope this is a valuable spiritual document to be saved so future generations can learn and objectively grasp the consequential death of Father Thanh's missionary commitments. Because of the mourning and admiration of people everywhere for Father Thanh, I believe that many young men and women will choose to follow God's call and contribute more effectively to the missionary work of the Church of Vietnam and the Universal Church.

Bishop Paul Nguyễn Thái Hợp is a Dominican Friar, former Bishop of Vinh Diocese (2010-2018) and Hà Tĩnh Diocese (2018-2021). Before his appointment as bishop, he was a professor at many universities in Vietnam and abroad and wrote over 20 works in many genres.
Email: paulthaihop@gmail.com

Acknowledgments and Appreciations

Editorial Board   Fr. Joseph Nguyễn Cao Luật, OP
Fr. Anthony M. Z. Phan Tự Cường, OP
Sr. Mary-Han Nguyen, OP

Shocked, sad, choking, mourning...

Many emotions and feelings were expressed and shared after a young Dominican priest's tragic and painful death.

We sincerely thank all the authors for allowing us to collect and publish their articles in this book. We hope this is a valuable spiritual document for present readers and future generations to better appreciate the Church's evangelization movement and the missionary commitment of zealous and generous followers of Jesus Christ, such as Father Joseph Trần Ngọc Thanh.

We are grateful to Soeur Cecilia Thuy Thanh Nguyen, CCSS, who temporarily stopped work on her Doctoral dissertation to devote full time to translate this book into English because of her love for missionaries and the Church's Evangelization Mission.

Appreciation also goes to Soeur RoseMarie Redding, CSJ, and all who volunteered to proofread and edit the English translation to integrate Catholic theology and Vietnamese culture for English readers.

The works of the authors, the two sisters' and all the volunteers for this book are valuable contributions to the Dominican Order, the Church in Vietnam, and the Universal Church as it has made the missionary work and the death of Father Thanh known to many people around the world.

We cannot adequately express our gratitude to everyone who contributed to the production of this book out of love for Father Thanh and the desire to do something to remember Father Thanh's life and work. In particular, we are grateful for all the prayers, encouragement, and financial contributions of our benefactors and Asian Printing to have this book printed and reach you as a gift.

1 Gazing toward
the Bloody Land

The Entrance Gateway to Giang Lỗ 2 Chapel where Father Thanh was assassinated.

THE PROLOGUE

Fr. Joseph Nguyễn Trọng Viễn, OP

Blood has spilled, a person has lain down....

Blood and death are the greatest injustices of human fate. But blood and death can also be the fullest meaning of a human being.

Jesus chose the injustice of blood and death to show God's salvation to humanity. Only in Jesus and through association with Jesus can human beings overcome the injustice of blood and death to establish the highest meaning of the human condition.

Blood and death can be a lament; they can be an accusation; they can also be a celebration. If Fr. Thanh's blood and death were just a lament, that sadness would be forgotten with time and mixed with the daily "cars run over dogs" stories. If Fr. Thanh's blood is an accusation of an "incident" to find justice, his blood and death might only be exchanged for a little satisfaction of those involved…

Fr. Thanh's blood and death are a broader form of accusation, denouncing the evil against human beings, denouncing the brutality of violence, denouncing the turbulence of society still having many biases against religion, denouncing the harsh rules of victory and defeat in competitive culture, denouncing the moral decline in family life… Father Thanh's blood and death are also truly a tribute, praising the victory of love over hatred, praising the unstoppable mission of Evangelization, praising the Cross raised above the depths of injustice, praising the beauty of God's Kingdom:

"For if you love those who love you, what credit is that to you? Even sinners love those who love them. And if you do good to those who do good to you, what credit is that to you? Even sinners do the same. If you lend money to those from whom you expect repayment, what credit [is] that to you? Even sinners lend to sinners, and get back the same amount. But rather, love your enemies and do good to them, and lend expecting nothing back; then your reward will be great and you will be children of the Most High, for he himself is kind to the ungrateful and the wicked" (Lk 6:32-35).

A painful death of a young priest full of ideals: a contrasting situation between the celebration of the Sacrament of Reconciliation to build a life of love and the violence that took a life; the awkward situation in the poor countryside, in a country where the gap between the rich and the poor has become an unbearable dilemma. Such contrasting lines urge us to see beyond the scope of a single event. Of course, one could also talk about Father Thanh's gentle, likable personality and his committed life... But in reality, this event is no longer just a "private event" but has become a "shared issue;" we can, moreover, through this fact, think about the "eternal challenge of the human condition," or a basic Christian "strategy of salvation...."

There are so many meanings and lessons one could learn from the murder of Father Joseph Trần Ngọc Thanh: meaning about the eternal Testimony of the Christian faith, meaning about the value of a fruitful and unfinished life, meaning about accusations on society in a troubled country, telling about the unbelief in the Vietnamese culture and violence in Vietnamese people today, but telling also of the sense of caution in the Church about the peaceful life of "extra" missionaries of faith. The life of our brother has been laid down. It doesn't matter what the motive of the assassin was, his murder is a testimony to the authenticity of Christianity:

"If the world hates you, realize that it hated me first. If you belonged to the world, the world would love its own; but

because you do not belong to the world, and I have chosen you out of the world, the world hates you. Remember the word I spoke to you, 'No slave is greater than his master.' If they persecuted me, they will also persecute you. If they kept my word, they will also keep yours. And they will do all these things to you on account of my name, because they do not know the one who sent me" (Jn 15:18-21).

A stream of blood was poured out to reveal the Lamb as the mystery of faithfulness witnessed by God: *"When he broke open the fifth seal, I saw underneath the altar the souls of those who had been slaughtered because of the witness they bore to the Word of God" (Rev 6:9).*

A life completed as a ceremony, a burnt offering to God, is bound to become a lifeline overflowing with blessings: *"But, even if I am poured out as a libation upon the sacrificial service of your faith, I rejoice and share my joy with all of you" (Phil 2:17).*

According to the Catholic Church's laws, I dare not explicitly say that Father Thanh's death was a "death because of faith" or martyrdom. Still, a man who vowed to live the ideal of religious life his entire life chose to commit himself to live with and serve the poor in the remote highlands, suffering the hardships of this homeland as a dedicated religious with the responsibilities of the priesthood. His was certainly a life of "lived because of faith." Fr. Thanh had an "accident" on the way of this life "lived because of faith." What should we call it?

In any case, in the pain of the Vietnamese Dominican Province and Fr. Thanh's family, we also see a glimpse of the bright and glorious image on the horizon of faith: *"These are the ones who have survived the time of great distress; they have washed their robes and made them white in the blood of the Lamb" (Rev 7:14).*

Thank you, Brother Joseph Trần Ngọc Thanh. Your death has become a witness capable of bringing to life the mission of Evangelization.

 Fr. Joseph Nguyễn Trọng Viễn, OP, is a Professor of Philosophy at the Dominican Institute of Gò Vấp, 90 Nguyễn Thái Sơn, Sài Gòn. https://catechesis.net/

The Incident at Sa Loong

Br. Anthony Phan Văn Giáo, OP

Sa Loong is a name that has been mentioned a lot during this time.

Sa Loong is the name of a village located in the Ngọc Hồi district of Kontum province near the border of three former Indochinese countries: Vietnam, Laos, and Cambodia.

Sa Loong Mission, where Father Joseph Trần Ngọc Thanh, OP, was murdered, consists of two villages; Giang Lố 1 village mission is where the Dominican Friars have a community about 2 kilometers from Giang Lố 2.

Father Joseph Trần Ngọc Thanh usually celebrated the 6:00 PM Mass at Giang Lố 2 mission every Wednesday and Saturday evening. On January 29, 2022, Saturday afternoon, Father Thanh and I rode the motorbike to celebrate Mass at Giang Lố 2 mission. After Mass, I played the piano and practiced singing with the choir beyond the chapel area in preparation for the Lunar New Year Mass, while Father Thanh sat in the confessional toward the back of the chapel. The place where I practiced with the choir was on the side of the chapel with an obstructive view of where Father Thanh heard confessions. Sometimes, I would poke my head out to see if

Father Thanh had finished hearing the confessions so that I could get ready to go home with him. The last time I looked I saw about three children waiting for confession.

Suddenly, I heard horrible screams where Father Thanh was sitting at the confessional. I stood up and saw a young man holding a large knife; the kind people often bring to the forest to cut trees. He rushed toward me and raised his knife to slash me in the head.

Simulation of the scene

Instinctively, I jumped out of my seat, quickly grabbed the wooden chair near the piano, and raised it in defense. The knife slash broke the chair. I threw the chair on the floor and ran to escape. But when I looked back toward the chapel, I saw many children playing; in my mind, I imagined the killer would massacre the children, so I stopped running and turned back to confront this man who was still chasing me. While his hand raised the knife high to attack me, I rushed in and grabbed his neck, causing him to lose his balance. I used my right hand to wrap around the back of the killer's neck to lock his neck and I used my left hand to grab his knife. I used all my strength to hold him down in this extremely dangerous situation. I did not know if my left hand held the killer's hand or the knife's hilt or blade. I thought that if my hand were holding the blade, I would risk my hand being cut to hold onto the blade; if I let go or became negligent, I would be in danger. The assailant, feeling defeated, used his mouth to bite me. Seeing that I was in control of the situation, I pushed his foot and knocked the killer to the ground, but he landed on top of me. I tried to hold one hand to lock his neck, while my other hand held tightly to his hand with the knife, and I used my legs to restrain him. At this time, some young people heard the screams and rushed in to control the killer and help me get up.

I took off my religious habit and ran to where Father Thanh was murdered to see what had just happened. He was sprawled on the ground with blood splattered on the floor and onto Our Lady of Grace statue nearby. There were a few ethnic women who cried and mourned for Father Thanh, but they did not know what to do. They borrowed my religious habit to wipe the blood from Father Thanh's head and neck.

I asked everyone if they had called for a car yet. They said: *"Already called, but the car has not arrived."* I took out my phone to call Mr. Tiếp, the head leader of the Giang Lố 2 Chapel. A little later, Mr. Tiếp's car arrived, and we took Father Thanh to the emergency room at Ngọc Hồi Hospital. After applying first aid and putting him on a ventilator, the nurse and I got into the ambulance to take Father Thanh to Kontum Hospital. The time spent in the ambulance seemed a very long time for me – not because of the distance, but anxiety also made me tense. During this difficult ride, I had two bottles of solution in my hands and a bottle hung on the bar-side of the car to pass into Father Thanh's body because he had lost too much blood. The medical staff told me that the pulse in his arm could not be detected because he was too weak; only the pulse in the groin area could be checked. It would be difficult for Father Thanh to live because of excessive blood loss. The medical staff said that not long ago, a man was slashed, and the injury level was 50% compared to Father Thanh's, but that man died on the way to the hospital.

Backtrack to the killer, Kiên; I do not know what motivated him to bring a big knife to murder Father and attempt to harm me, too. I have only been at this Sa Loong mission for five weeks and three weeks for Father Thanh. Father Thanh and I did not know this man. I heard that he worked far away. If it weren't for my intervention, the villagers would have crushed the man because he had killed their pastor.

Indeed, after the young men of the village came to pull the killer off me and I could stand up, they rushed in to trample and beat the killer. I stopped them and said: *"Don't hit him; it is wrong and against the law; tie him up instead."* However, more and more people were rushing in, and they could not hear my screams for them to stop. I ran to turn on the sound machine and use the microphone to encourage everyone: *"Listen to me: do not hit him for it is wrong for us to do this; it is against the law. If he dies, it will be miserable and cause trouble for all of us. Just tie him up and hand him over to police custody."*

Father Thanh was attacked at about 7:15 p.m. with two wounds on his head and one on his neck that cut off the main blood vessel; the wound was too severe! The doctors gave up; they could not stop the bleeding. He died at the hospital at 11:30 p.m. on January 29, 2022, the 28th day or two days before the Lunar New Year.

Father Thanh's passing is a great loss for the Church; it shocked and startled most of the hearers. Everything happened so fast and so unexpectedly. No one could have imagined that this would happen in the mission land, and more so in a time of peace. Love and forgiveness are the way of Christians, of people of faith. It is the way that Christ taught by his life and words that Christians should not dwell on hatred but rather love and forgiveness of each other. Father Thanh was murdered while sitting in the confessional, extending God's love and mercy.

Br. Anthony Phan Văn Giáo, OP, a student at Dominican Institute, Gò Vấp. During the year of pastoral practice, he was sent to help Father Joseph Thanh take care of Sa Loong Mission in Kontum Diocese.

The Martyrs

of the Sacrament of Confession

Fr. Roger Landry

COMMENTARY: While there is always a natural revulsion to the killing of the innocent, there is also from a sacramental view something quite glorious about Dominican Father Joseph Trần Ngọc Thanh's death.

Father Roger Landry Blogs February 16, 2022

On Jan. 30, after finishing celebrating Sunday morning Masses, I was startled by a text message from a friend, a cloistered Dominican nun, with news that one of her spiritual brothers in the Order of Preachers had been murdered hearing confessions the previous night in Vietnam.

Father Joseph Trần Ngọc Thanh, 40, ordained in 2018, had just celebrated a 6 p.m. vigil Mass in Sa Loong [Sub-] Parish in Đăk Mốt, a missionary part of the Diocese of Kontum, where he was recently put in charge. The Mass was for the Fourth Sunday of Ordinary Time, in which the Church ponders how Jesus' fellow Nazarenes, after having heard him preach, passed quickly from amazement to doubt to trying to murder him. We also hear about the sufferings of the prophet Jeremiah and listen to St. Paul's famous canticle describing how love is patient, kind and enduring.

Father Joseph, after having preached on those readings, would soon proclaim in body language the prophetic dimension of those words.

Right after Mass was over, Father Joseph went to hear confessions in the plastic chair of the makeshift confessional at the end of the Mission chapel. At 7:15, Nguyễn Văn Kiên, a young, non-practicing Catholic whose mother was at the Mass, rushed in with a machete and struck Father Joseph twice in the head. He collapsed in blood, the children and adults in the Church all screamed, and a Dominican student brother and choir director, Brother Anthony Phan Văn Giáo, ran to try to defend the priest.

When Kiên raised the machete to slash Brother Anthony's head, the choir director raised a plastic chair to defend himself, but it proved no defense, being split in half. Kiên started to chase Brother Anthony with the machete into the middle of the chapel, but when the young Dominican saw the many children present and grasped the possibility that they could be massacred, he courageously turned toward Kiên, who sought to gash him again. The tiny brother was able to divert the killer's arm, get behind him and put him in a chokehold, as fellow parishioners rushed in.

Brother Anthony begged the parishioners not to pummel Kiên in retaliation but to restrain him and call the police. He went to care for Father Joseph and got a member of the parish to rush him to the hospital in Ngọc Hồi about eight miles away. After bleeding for about five hours, Father Joseph died at 11:30 that night. Before he breathed his last, he forgave his murderer. He was buried the following day. His grave has since become a place of pilgrimage for Christians and others queuing in line to pray, lay flowers, and pay their respects.

There is confusion about what would have led Nguyễn Văn Kiên to attack Father Joseph in the confessional. Some have described him as mentally ill, but the Bishop of the Kontum

Diocese who celebrated his funeral repeated Kiên's parents' assessment that he was not "insane in the usual sense," but rather "lethargic and does not practice the faith." Several said he was a drug abuser.

While he has a sister who is in a discernment house pursuing a possible religious vocation, he likewise has a younger brother who served three years in prison for manslaughter. His parents stated that while he had made money working on farms and repairing motorcycles, he would also "get angry, mess around, loudly curse people, smash television sets, even the shrine in his house, and beat his family members." He was also "paranoid," they added, about being bullied and about potentially not being able to find a wife. The Vietnamese Dominicans, who have said that they also forgive him, want a trial at least so that the motivation for the killing comes to light.

Many have immediately begun to call Father Joseph a martyr of the confessional. While there have been several priests who have been martyred for protecting the seal of the sacrament of confession — St. John Nepomuk (d. 1393), St. Mateo Correa (d. 1927), Blessed Felipe Císcar Puig (d. 1936) and Blessed Fernando Olmedo (d. 1936) — I am unaware of any priest who was slain while hearing confessions. Until now.

While there is always, from a human dimension, a natural revulsion to the killing of the innocent, (and the death of this young missionary priest, religious, son, and brother must be sincerely lamented), there is also from a sacramental view something quite glorious about his death.

The sacrament of penance and reconciliation is all about death and resurrection. Jesus Christ was brutally murdered — flesh ripped apart by Roman soldiers, hammered by his limbs to wood, mocked and crowned with thorns — but through that death and subsequent resurrection he took away the sins of the world.

The confessional is the place where, to use Jesus' words in the Parable of the Prodigal Son, the "dead … come to life again" (Luke 15:24). For a priest ordained in the person of Christ and instructed at his ordination to model his life on the mystery of the Lord's cross, there is this logic of death and resurrection built into the celebration of all the sacraments. But it is particularly pronounced in the sacrament of confession where its regular practice involves a form of martyrdom.

There is, often, a martyrdom of waiting. St. John Vianney, the patron saint of parish priests and the most famous and heroic confessor in the history of the Church, had to wait in the confessional for almost a decade before his parishioners started to avail themselves of the gift of God's mercy. He did wait, however, as a profound testimony to the importance of the sacrament.

After 10 years of patient prayer and preaching, his parishioners — and multitudes from throughout post-revolutionary 19th-century France — came without stop. Many priests still experience this martyrdom of waiting, which is a real death to spiritual worldliness, as they tenaciously serve as ambassadorial advertisements crying out, "Be reconciled to God" (2 Corinthians 5:20).

However, when people grasp the importance of the sacrament, there can be another form of martyrdom, which we can call the "martyrdom of the crowds," when so many people come that one is "trapped" for hours within. This happened in Ars where, for the last 30 years of his life, St. John Vianney heard confessions for 12-18 hours a day. He referred to his confessional as the cross to which he was nailed throughout the day as he sought to dispense the redemptive power of Christ's blood, one person at a time, to those for whom Christ died. He also referred to the wooden box of the confessional as his "coffin," where he died to himself so that the merciful Redeemer could live.

There is something like this that takes place when a priest has the happy burden of confessing long lines. In the midst of the great joy of heaven and the often profound human joy of forgiven penitents, there is also a form of self-death involved, as the priest resigns himself to what it takes interiorly to remain basically immobile and give full attention to each person for hours. He battles fatigue and sometimes repetitiveness, tenderly weeps with those who weep, and occasionally struggles with penitents who need extra loving firmness to extricate themselves from some near occasions of sin. While many can appreciate such a priest's priorities, commitment, and stamina, few can grasp how it is the experience of the grain of wheat (John 12:24).

But the most pronounced aspect of the martyrdom of the confessional is the sacramental seal of confession, which prevents a priest from revealing the contents of what he hears, even should he be threatened with imprisonment, torture, or death. Sometimes martyrdom is relatively routine. For example, the details of what a priest has heard linger in his mind and soul, such as information of violent crimes that have been confessed. It could be that he recognizes too late that he should have given different advice. Other times the martyrdom is more pronounced, for example, if a priest is accused of saying or doing something in the confessional but can't say a syllable in self-defense. Other times it is extraordinary if priests are murdered for protecting the seal, as we see in the lives of the saints mentioned above.

At a time when some countries and states are trying to require priests to break the sacramental seal in particular cases — something priests not only cannot do under canon law but simply will not do — this aspect of martyrdom will likely be witnessed more frequently in upcoming years, as priests are involuntarily assigned by the state to ministry in prisons.

On Jan. 29, little did Father Joseph know what awaited him after Mass as he donned a purple stole and sat down to hear confessions. But the normal practice of the martyrdom of the confessional doubtless prepared him for what the Lord knew was coming.

His martyrdom to this sacrament of Christ's mercy is a poignant reminder to his fellow confessors, and indeed to all the faithful, of the importance of the sacrament, the worthy sacrifice it entails, and the life it imparts.

Source: https://www.ncregister.com/blog/confession-martyrdom

Father Roger J. Landry is a priest of the Diocese of Fall River, Massachusetts, who works for the Holy See's Permanent Observer Mission to the United Nations. He writes for many Catholic publications, including The National Catholic Register and The Anchor, the weekly newspaper of the Diocese of Fall River, for which he was the executive editor and editorial writer from 2005-2012. He often appears on Catholic radio programs and is the national chaplain for Catholic Voices USA.

https://churchholyfamily.org/people/ father-roger-landry-1

2 In Great Grief

Kontum Diocese
146 Trần Hưng Đạo
Kontum

To: The Prior Provincial of the Vietnamese Dominican Province
and Father Joseph Trần Ngọc Thanh, OP's Family

CONDOLENCE LETTER

Dear Reverend Father Provincial and family,

It was surprising and painful to hear that Father Joseph Trần Ngọc Thanh, OP, had suddenly passed away and returned to God. Death is a mystery; no one knows when and where. Father Joseph accepted death in what could be said to be very beautiful circumstances – while performing the duties of a pastor who celebrates the Sacrament "in persona Christi."

Father Joseph's departure certainly leaves great grief for the family, for the Dominican Order, for the Kontum Diocese, Sa Loong and Đăk Mốt parishes. We have lost a young, enthusiastic and likable brother. We entrust Father Joseph to the Lord.

I want to speak on behalf of the Kontum Diocese to express my gratitude to the Dominican Province for sending your Priests and Brothers, including Father Joseph Trần Ngọc Thanh, to Kontum to help in missionary work. At the same time, I sincerely sympathize with Father Thanh's family and the Dominican Order about the passing of Father Joseph.

Kontum, January 30, 2022

Aloisio Nguyễn Hùng Vị

Bishop of Kontum Diocese

Source: https://giaophanKonTum.com

Hồ Chí Minh City, 2nd February 2022.

 To: Rev. Fr. Gerard F. Timoner, OP, Master of the Order, Prior Provincials and Vice-Provincials, Brothers and Sisters in the Dominican Family

THANK-YOU LETTER

From the Friars of the Province of Queen of Martyrs, Vietnam

After the tragic death of our beloved Fr. Joseph Trần Ngọc Thanh, OP.

"Blessed are those who mourn, for they will be comforted" (Mt 5:4).

Dear Brothers and Sisters,

It was shocking to learn of the horrific death of our beloved Brother Joseph Trần Ngọc Thanh, OP, who selflessly gave his life to the Lord at his confessional last Saturday night. Even now, it is hard for me to tell you what we have gone through. We have just lost a very dedicated and holy brother, and we mourn and grieve over his passing away.

In the midst of the tragic loss, however, we have experienced communion, solidarity, and fraternity from members of the whole Dominican Family. We received mail and messages expressing heartfelt sympathy and solidarity from the Master of the Order, Fr. Gerard Francesco Timoner, OP, the former Master of the Order, Fr. Bruno Cadoré, OP, Prior Provincials and Vice-Provincials, Brothers and Sisters from many Dominican provinces and communities all over the world.

On behalf of all friars of the Dominican Province of Vietnam, I express our deepest gratitude to all of you. Your support at this difficult time is very much appreciated and of great comfort to both our friends and brother Joseph's family. Your condolences and prayers touched our hearts in a moment of grief, lifted us up, and enforced our belief in the communion and fraternity in the Dominican Family. Words are not enough to express our thanks to all of you for your prayers and precious support.

We also take this opportunity to express our sincere gratitude to directors of Catholic Radios and Press who shared the news and brought people together to pray for our departed Brother. It makes our hearts lighter to be surrounded by such warm and unconditional love. Your sympathy, thoughts, and prayers certainly helped us and the family of brother Joseph to cope with this great loss.

With the belief that "the blood of the martyrs is the seed of the Church" (Tertullian), we trust that Fr. Joseph Thanh's blood strengthens us to devote our lives to preach the Word of God and to lovingly serve our brothers and sisters at our mission sites.

Our Brother Joseph died while celebrating the sacrament of reconciliation, the sacrament of God's mercy. So, we entrust him to the mercy of God and to your prayers. May the Lord of peace himself give all of us peace at all times and in every way (2 Thessalonians 3:16).

Fraternally yours in St. Dominic,

Fr. Thomas Nguyễn Trường Tam, OP

The Dominican Province in Vietnam
229 Vo Thi Sau, P. Vo Thi Sau, Q. 3, Hochiminh City, Vietnam
Tel: +84 028 3932 1881; Email: vietdominicans@gmail.com

The World Mourns

Father Joseph Trần Ngọc Thanh, OP

and

Considers Him "Died because of Faith" or a "Martyr"

Fr. Anthony M. Z. Phan Tự Cường, OP

Sr. Mary-Han Nguyen, OP

The incidence of Father Joseph Trần Ngọc Thanh's brutal death spread rapidly. Although the Church and the Government in Vietnam were still hesitant to inform the public, within the first few days after the horrible, bloody death of Father Joseph Thanh, this incident was quickly spread around the world through social media networks – like fire meeting the wind. Indeed, the media networks: Facebook, YouTube, radio and television stations everywhere, in many different languages, were full of information about the death of Father Joseph Thanh. Everyone was surprised, stunned, and holding deep sadness and grief at the unjust death of the "Enthusiastic, Gentle and Kind Young Shepherd." Many people posted very touching remarks via the Internet. They want to do something in their power to hope that Father Joseph Thanh's death will bring meaning to society, religious life, the Church in Vietnam and the Universal Church.

Today (June 14, 2022), when writing this article, we accessed Google and typed the name "Cha Joseph Trần Ngọc Thanh" in Vietnamese, and we found 149,000,000 results; more surprising, typing the English term "Father Joseph Trần Ngọc Thanh," there were 971,000,000 results.

Going through YouTube online, we find it impressive to see so many video clips mentioning Father Joseph Thanh. Each video has tens of thousands of viewers.

In Vietnam and Vietnamese writing, we are aware of the following titles which we have translated to English so that English readers can see the multitude of information circulated about Father Joseph Thanh's life and death.

- *The reaction of the Catholic world to the tragic incident:* 376,400 views.

- *Witness recounts terrifying moments:* 307,200 views.

- *Farewell to Father Joseph Trần Ngọc Thanh at Plei Don Church in Kontum:* 221,800 views.

- *Emotionally Cried at the Farewell Ceremony of Father Joseph Trần Ngọc Thanh:* 154,000 views.

- *Can't hold back tears looking back at the images of Father Joseph's First Thanksgiving Mass as a priest:* 582,000 views.

- *Blessings from Father Joseph Trần Ngọc Thanh:* 122,000 views.

- *Documentary film, Missionary Footprints of Father Joseph Trần Ngọc Thanh:* 282,400 views.

- Most recently (May 07, 2022), the Vietnamese Dominican Province has published a video about the life of Father Joseph Thanh with the title: *Father Joseph Trần Ngọc Thanh, OP- The Torch of Light in the Mountains:* over 100,000 views.

Besides Vietnam, we are aware of some of the following video clips:

- *Vietnamese, Australian and Polish Catholics commemorate Father Joseph Trần Ngọc Thanh:* 107,400 views.

- *Mass/Prayer for Father Joseph Trần Ngọc Thanh, OP, in the Diocese of Orange, CA, USA:* 159,800 views.

- Americans and Vietnamese grouped to raise funds to contribute to help organize memorial Masses for Fr. Thanh in Kontum and want to do some things in memory of Father Thanh.

- *Candlelighting Night in memory of Father Joseph Trần Ngọc Thanh, OP, Diocese of Orange:* 114,200 views.

- *Concert Program, Witnesses of Love, by Father An Bình in memory of Father Joseph Thanh:* 94,000 views.

- Amazingly, other religions are also engaged in commemorating Fr. Thanh's deadly incident; a video that has attracted many views is titled: Unexpected Truth: Many Buddhist Monks Hold a Chanting Prayer Ceremony for Father Joseph Trần Ngọc Thanh: 123,300 views.

Indeed, God's work is beyond human imagination and projections. A young Dominican priest who received a mission to serve the poor ethnic people in remote border areas suddenly and quietly becomes known with admiration, love, and respect all over the world:

- Father Dr. Roger Landry, who is a famous American theologian in the Permanent Observer Mission of the Holy See to the United Nations, called Father Joseph Trần Ngọc Thanh a martyr of the Confessional.

- The site of Father Thanh's resting place has been crowded with people coming to pray. They have been bringing beautiful arrangements of flowers to lay on and around his tomb as well as lighting incense, and asking for Fr. Thanh's intercession. Many people returned with inscription stones to lay on his grave to give thanks for receiving the grace of his intercessions.

- Many young people have collected video clips about the missionary life and ministry of Father Joseph Thanh to share with their friends. Young people admire Father Thanh as a shining example of someone who finds an ideal purpose for his life; then, lives and dies for what he believes in.

- The Dominicans in Kontum celebrated both the 30-day and 100-day anniversaries of Father Joseph in Kontum and Sa Loong with the participation of many members of God's people in the Diocese. These anniversary ceremonies are not only for praying for Fr. Thanh to be safe and happy in heaven with his heavenly Father, whom he has always loved, but also for remembering and imitating his devoted commitment to the poor and ethnic minorities and to pray for people in Kontum and everywhere to continue His missionary work.

Sr. Mary-Han Nguyen is a Dominican Sister of Mission San Jose in Fremont, California, USA (www.msjdominicans. org). She holds degrees in Early Childhood Education, Liberal Studies and Pastoral Ministry with an emphasis in Catechesis. Soeur has been ministering as a Director of Faith Formation at different parishes for the last eleven years. She is passionate about assisting leaders in teaching the faith and evangelizing, helping people recognize their vocations, and empowering leaders to serve the underserved.

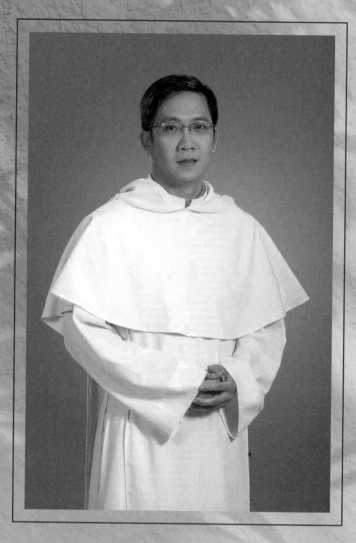

2 On the Journey of
Consecrated
Life

Following in the Missionary Footsteps
of Father Joseph Trần Ngọc Thanh, OP

Fr. Anthony M. Z. Phan Tự Cường, OP

This video clip records the loving sentiments of a senior Dominican brother priest and mentor in the same Dominican Province as Father Joseph Trần Ngọc Thanh. Father Thanh was assigned in the first week of January 2022 as a pastor for the missions at Sa Loong, a sub-parish of the Đăk Mốt Parish in the Diocese of Kontum. After 12 years of Profession of Vows with the Dominican Province the Queen of the Martyrs in Vietnam and more than three years as a priest, Father Thanh was murdered in the Mission Chapel at Giang Lố 2 Village while celebrating the Sacrament of Reconciliation for penitents on the evening of January 29, 2022. His death surprisingly and painfully stunned many people. Although he died young, he had worked zealously with other Dominican Friars serving the local ethnic minority in various missions in the Diocese of Kontum. The senior Dominican brother priest views the death of Father Joseph Thanh as a "laying down" in a heroic way after so many times Father Thanh "laid down" to completely devote his life to God and the missions. We watch this video clip of Father Thanh's "laying down" as a reminder to motivate us, the baptized, to die with Christ and "rise" to live wholeheartedly for God and others. Let us all rise to proclaim God's truth and love to the world, especially the poor and ethnic minorities. Let us follow the missionary footsteps of Father Joseph Trần Ngọc Thanh through the following sentimental address.

My dear younger brother Joseph Trần Ngọc Thanh,

So, you have now "lain down," You have "lain down" before I have.

Will I ever have the same honor of "lying down" just like you?

You have "lain down," you have fallen while celebrating the Sacrament of Reconciliation for the faithful in the name of Christ.

You have "lain down" and have been buried beneath the ground, closing that chapter of your life on earth while waiting for the day to "rise" with our Risen Christ in the Kingdom of Heaven.

But looking back at your missionary and humanitarian projects accomplished upon arriving in Kontum with me and our Dominican Friars here in Kontum, I always think that our Dominican mission is to live our consecrated life through the "laying down" heroically like you so that we may also "rise" in glory with our Risen Christ.

Yes, the life of a consecrated person and priest, especially a consecrated Dominican priest, when living consecrated life in accord with our Order's and the Church's rituals, has often "laid down" and "risen" again.

First, we have "lain down" to receive the Dominican habit before entering the novitiate. Our Prior Provincial asks us: "What do you ask for? We reply: "I ask for the mercy of God and that of our brothers."

After that, when we make our first and final vows, we also "lie down" and answer the same words: "I ask for the mercy of God and that of our brothers."

On the days of the Diaconate and Priestly Ordinations, we "lay down" again in front of the altar petitioning the saints' intercession, asking God to welcome us to be among the ranks of his ministers.

After each "lying down" like this, we again "rose up" with a new spirit, a new responsibility, that is, to carry out a new ministry entrusted to us by God, the Church, and the Order.

In moments of "lying down" and rising like these, I am sure we have all experienced some indescribable sentiments.

Did you cry each time you "lay down" like this? I suspect the answer is YES! I am just guessing! Due to your gentle and affectionate personality, I truly think the answer is YES.

But I am sure that when you "lay down" at the Sa Loong Mission where the Diocese and our Province sent you, many people shed their tears, felt anguish, regretted your loss, and prayed for you.

These sentiments and condolences are not limited to the missions of Sa Loong, Đăk Xú, and Pờ Y, where you have served, but they also come from the entire Diocese of Kontum, including the Bishop, Priests, Religious Men and Women, and the faithful. The word of your death has quickly spread to the Church in Vietnam and the five continents, especially to Dominicans throughout the world. The Master of the Order far away in Europe, many Provincial Priors and Assistants from many Provinces and Congregations of the worldwide Dominican Friars and Sisters have sent their condolences to the Dominican Province in Vietnam and have published and posted photos and information/news about you on social media and websites.

What is unique is that when they hear of your "lying down," they love you, they cry for you, not because you were a popular priest, author, or known preacher by many. NO! You were only an ordinary consecrated priest like many other Dominican brothers. After completing your studies in theology, you volunteered to minister in the far the Central Highlands, Tây Nguyên, where poverty still lingers with many challenges. You obeyed our Prior Provincial to go into the remote mission lands and quietly fulfill the ministry with other Friars in the community.

Were you amazed at this? Did you ever ponder a day you might "lie down" like this?

In these past few days, I have been recalling images of you "lying down" on the bed of the priory when we brought your body home from the hospital… I recall the images of you "lying down" in

the coffin, leaving our priory to the Plei Don Chapel for the farewell Mass in the Diocese of Kontum. I recall images of the casket carriers carrying your coffin leaving Plei Don Chapel to transfer your body to the cemetery of our province at St. Martin de Porres Shrine in Hố Nai, accompanied with songs of mourning mixed with a bit of lamenting from Psalm 129 in the Bahnar language. I think of you every time I look at the image of the tomb, resting in the cemetery of the province at the shrine of Saint Martin, which is always filled with incense and flowers paying respects to you.

Many memories of your missionary footsteps fill my mind since I first saw you until the day you "lay down": from the time when you were starting as a novice and gradually to the time when you were ordained as a deacon and then a priest, from the time when you took care of the students at the boarding house to the period when you trained the catechists and the lay missionaries, from the time when you rode the motorbike to fulfill your ministries at several mission locations to the tasks of education, social services

which you have performed at Đăk Xú, Pờ Y, Sa Loong… including all the missionary plans you intended to carry out this year as you mentioned in your requesting letter for my assistance, which is still lying on my desk, makes me deeply miss you and give you enormous respect.

I wish all of our Dominican Friars and Sisters, your beloved family, and all who love you to follow you and continue your missionary footsteps in the Central Highlands.

According to your family, I am aware that you displayed a very firm determination when you choose religious life. When you had completed the 12th grade and fulfilled your citizen obligation, you came to our Dominican Priory in Gò Vấp requesting to join since it is close to your house. But the Prior of the Priory told you that to be admitted into the Dominican Province, you must have graduated from a University, which meant that you must study hard for four more years. This requirement did not deter but affirmed your determination to pursue your vocation.

You studied information technology and sciences at the University at 7 Võ Văn Tần, Ward 6, District 3, Sài Gòn, and for four years; you rode your bicycle from your home in Xóm Mới to the University and completed your studies with the degree. You were proud and thrilled to present the diploma and other documents to the Dominican Postulant House in Tam Hà requesting admittance, and you were accepted in 2007.

During your postulant formation years, you were taught to fully grasp the Dominican missionary spirit as written in the constitution: *"Like St Dominic, who was full of solicitude for all of humanity, the brothers should know that they have been sent to all men and women, all groups and peoples, believers and unbelievers, and especially the poor; this to evangelize and implant the Church among the nations, and explaining and strengthening the faith of Christian people"* (Constitution #98).

According to our postulancy formation program, during the summer of 2009, you and your postulant classmates were sent to Giang Sơn, Buôn Ma Thuột communities by the Postulancy Director in Tam Hà for two months of pastoral ministry. During that time, on behalf of the Priory of that community, I sent you to Buôn Triết mission in Lak district to teach catechism to the children. You remained there for only two months, but you were inseparable from the children; they did not want you to leave. As I said to you when you first arrived in Buôn Ma Thuột (BMT): "Whoever has a missionary spirit will see that the road to the Central Highlands is easy to come but difficult to leave." Did the seed of evangelization and mission grow and flourish in you during these few months of training experience? Was it a first joyful experience of being a missionary?

Do you still remember that time? One time when we climbed the hills from the main road to our community house upon the hill, you challenged me on a race to see who would arrive sooner because you thought you were young. But you were a student from the city for many years, how could you climb the hills as fast as I climbed?

In August 2009, you were admitted into our novitiate at St. Martin de Porres community in Hố Nai. This was the first time you "laid down" to request the mercy of God and that of our brothers. You received our Dominican religious habit and lived your vocation experimentally for a year.

In July of 2010, when you completed your novice year, you and your classmates were given the opportunity by the novice master, Father Dominic Đinh Viết Tiên, to visit all of our Dominican houses in Vietnam. In your bright white religious habit, you had this opportunity to visit Giang Sơn hills, Buôn Ma Thuột. Fortunately, your classmates still have this photo. How beautiful! The future life of our Dominican Province is full of hope among these zealous young brothers.

On August 13, 2010, your classmates and you once again "laid down" the second time, asking God and the Province: "I want the mercy of God and that of our brothers." Then you were transferred to our Dominican juniorate in Gò Vấp to study Philosophy.

Two years later, in the summer of 2012, with your classmate brother Duy you were thrilled to begin your ministry in the missions at Kon Rơbang parish, Diocese of Kontum, when the Diocese had just commissioned our Province to take charge of the parish with me assigned as the first pastor here.

At that time, you respected me enormously. You questioned how I, in my 60s, could manage to learn a new language, Bahnar, and have celebrated Mass and taught catechism classes in this local ethnic language. You asked how I could do it. I answered: "Because I love them, I must learn their language to show my love for them. Once I have understood them, I will come to love them even more. This is the experience passed down to me from other missionaries, and I wanted to share this with you."

Thus, you were determined to follow my example. You borrowed resources, and you asked other catechists to teach you the ethnic language of Bahnar. Initially, you expressed your dissatisfaction with learning and then forgetting, but you pursued practicing with whoever you met, and eventually, you became good at it without realizing it although you did not speak it boldly because of your shyness and reserved nature.

Then you drove me on a motorcycle to various ethnic villages so that I could minister to them with charity projects in remote areas. From that time onward, you experienced profoundly the immense need for evangelization among all the poor, miserable, but loving ethnic people in the Central Highlands.

In June 2013, when your year as a novice ended, you said farewell to the Friars to return to our Dominican House of Studies in Gò Vấp to continue to study theology. You promised that you would return here after completing your studies.

After one more year of discernment and making a decision, on August 15, 2014, at Mân Côi Church in Gò Vấp, you have "laid down" the third time, asking God's mercy to receive you as his holocaust through the Profession of Final Vows. You have quietly vowed to dedicate your life to serving the ethnic people in the Central Highlands.

At the end of 2016, when you were near completing the theology program, you "laid down" again for the fourth time on December 13, asking to be ordained as a deacon to participate in the clerical life and preach the Word of God.

When completing your junior years in the summer of 2017, you promised me by asking the Prior Provincial's permission to return to Kontum to preach the Good News to the ethnic people.

Initially, you hesitated when delivering the homily as a deacon for the tribal people, but eventually, you became familiar with the community, especially Mass for the children. The children loved to listen to your gentle, likable voice.

You continued to take charge of the parish Eucharistic Youth Movement and the "Scholar Study Club," which I had initially founded to encourage the children to attend classes at school regularly and do their homework at home. This was probably your most challenging ministry; you constantly had to communicate with the schools and the parents to evaluate the students. But through your efforts, it was obvious that the students made great improvements which surprised both teachers and parents. You also cooperated with Việt Tộc Organization through Father Vang of the Redemptorist Congregation to appeal for scholarships for the students and encouraged them to study in groups together.

What you and your family and friends all waited for finally came. On August 4, 2018, at our Dominican Ba Chuông Church, you once again "lay down" for the fifth time, asking God to receive you as his priest, celebrating the holy sacraments for the people in his name. You chose the motto "The way of loyalty, I have chosen" to confirm your decision of choosing Christ as your everlasting inheritance and that you will proclaim the holy name of God to all nations in accordance with the Dominican charism.

After your ordination to the priesthood, while other Dominican Friars received different tasks and responsibilities, you still kept the same endeavor: "To continue to carry out the mission to all the ethnic people." Our Prior Provincial responded affirmatively in accord with your wish. You continued on the journey to the Diocese of Kontum and were assigned parochial vicar assisting the pastor at Kon Rơbang parish.

However, at the end of 2018, due to the rearrangement of ministry by our community, you were assigned as parochial vicar assisting the pastor at Đăk Mốt parish and lived with other Dominican Friars in the Đăk Mốt community. You oversaw the students at the boarding house and took care of the pastoral needs of the ethnic people of Xê Đăng.

When accepting this new task, I thought that you would be discouraged. After a few years of learning the Bahnar ethnic language and beginning to speak it well, you had to be transferred to another location to minister to the Xê Đăng people. This new dialect is completely different from Bahnar. Its pronunciation is more difficult to articulate, twisting the tongue constantly. However, you were not disheartened but determined wholeheartedly to learn this language to become friendlier with the people entrusted to your care... So now you have mastered another dialect which I am unable to speak.

Gradually, the pastor assigned you various responsibilities to care for the people living along the intersection at Ngọc Hồi road and the Việt-Laos-Cambodia borders, including the region of Đăk Xú, with 11 villages. Still, only five villages are Catholic, and a few more Vietnamese families are in Pờ Y village.

During this time, I was no longer near you. But each time you returned to Kontum for meetings and reported your ministry,

I imagined that your presence among the people of Đăk Xú was like fish in the water. Even though there were still many social challenges, you did your best to manage and ensure that Catholics and non-Catholics would have their needs met.

When you witnessed a low-income family, your heart sank. For this reason, you often visited them and asked for food and supplies from our donors to help them.

When you saw these ethnic students needed books for their studies, you provided for all of their academic needs so that they did not fall far behind other Vietnamese students.

During the summer, when you found out that the students did not have bicycles to commute to school, you took pity on their small feet that had to walk quite a distance on muddy roads to get to school, and you purchased enough bicycles for them.

Especially during the summer months, you gathered these students to our Dominican community in Đăk Mốt. You provided rooms and board and hired teachers to teach them the humanities,

Đăk Mốt Community

languages, music, and playing the musical Gong to assist them in their educational advancement and prepare them for ministry at the Mission Church.

You also planned with me that this coming summer, you would set up a sewing center and invite some Religious women who have skills in sewing to teach the tribal women and eventually introduce them to sewing companies to work. You requested some sewing machines donated from Sài Gòn, but you did not have an opportunity to carry out this project.

You invited young men in the villages to form a group called "On the Road," and with the guidance of the women religious, to become missionary disciples, in cooperation with you, to plant the seed of God's love in the surrounding villages and to help the poor.

You accomplished quite a lot that I do not remember, but what I admired most from you is seeing how you, a zealous and dedicated shepherd, cared for your flock wholeheartedly and built a decent place to worship God reverently.

Đăk Xú Chapel

Seeing the area of offering Mass was too tight, you found a way to extend and raise the sanctuary.

Seeing how the people had to sit outdoors to celebrate Mass, you discussed with the Church Council to find donors to help with extending the roof.

Seeing the people sitting on the ground for Mass, you sought to find as many chairs as possible, especially for mothers who held their children during Mass. Recently you were also able to purchase a piece of land, and to ask permission from the Diocese and the Government to advance the application to build a new Mission Church.

Only those who have lived in circumstances that were limited at many levels could see your strengths in helping others succeed.

During the past few years with the assistance of "On the Road" missionary disciples going into the villages for missionary ministries, you courageously and strongly took upon yourself one assignment that not everyone could fulfill. You summoned the tribal teachers and those with language skills to perform the task of preserving and advancing the language of Xê Đăng Đăk Mốt, their mother tongue. You were aware that as long as the language remains, the ethnic people will remain. When the language is lost, the ethnic people would also be gone.

With these language teachers, you had been performing the following projects:

1. Translated the entire lectionary/readings and the Roman missal to Xê Đăng Đăk Mốt dialect completely. You continued and completed what our Dominican brother before you, Father Anthony Châu, OP, started in 2016, and this entire book has 2,800 pages A4.

2. Translated the New Testament in Xê Đăng Đăk Mốt dialect completely. You were still waiting for others' input so that you could proceed with its printing to provide copies to the local people so

Adron (n) *Girl, a female child, Cô gái, thiếu nữ, thanh nữ.*

Ah (fpt) *In a moment, soon, Chút nữa (tương lai gần).*

    Ajĕk dêrei bol: *Cạnh nhau, sát cánh.*

    Ajĕk hĭ: *Cạnh nhà.*

    Ajĕk kơ troh: *Gần đến.*

    Ajĕk tĕn: *Láng giềng.*

    Ajĕk tơtit: *Sát cạnh, sát kề.*

Ajĕk, xeang wä (adj) *To be near, To be close, Cận, cạnh, cận kề, gần.*

Akop, rơnhup, tơ'nơm (v) *Add, to put sth together with sth, Cộng, cộng lại.*

Akrût (adj) *Ragged, Tơi tả.*

Äl (v,n) *To sense, sensation, feeling in one body, Cảm giác, cảm thấy, cảm xúc.*

    Äl hing kleak: *Cảm thấy đói.*

    Äl kơdĕ kơla: *Linh cảm.*

    Äl rơgäi: *Trấn tỉnh, hồi tỉnh.*

    Äl tõu: *Hanh nắng.*

    Äl xung xĕng: *Cảm thấy xao xuyến.*

they would be able to read the Word of God in their language. After completing the entire set of the liturgical books, you made references, added, and compiled these documents into the New Testament.

3. Worked to compose the Xê Đăng-Việt and Việt-Xê Đăng Dictionary. With your knowledge of the Xê Đăng dialect, you and other tribal catechists who speak Xê Đăng fluently were in the process of composing two dictionaries based on the Xê Đăng Đăk Tô languages written by Kenneth Smith.

This is an "intellectual" contribution in the field of missions for the tribal people credited to you personally and our Dominican Friars collectively. I will share your works with many others, especially our young Dominican Friars in the Province, when I have an opportunity. Some people think that those sent to the missions lack intellectual capacity/ that they are unable to study abroad to obtain advanced degrees/ that they are without skills to teach or preach, thus ending up in the remote missions. They are unaware that in mission areas, we need intelligent, skillful, and professional people who, with other lovers of the tribal people, can creatively and competently find ways to enable them to listen to the Word of God in their language. Regarding this matter, there are still many tasks to be done.

In writing these lines, I feel very proud of your accomplishments which contributed greatly in the area of culture as well as evangelization to our Dominican Province for the Diocese of Kontum.

In response to the pastoral needs, at the beginning of 2022, our Prior at the Priory in Kontum had asked you to leave the Đăk Mốt community to go to the Sa Loong community. You were assigned to take charge of a Mission that comprises two villages of Giang Lố 1 and 2 and to oversee students at the boarding house.

The chapel of this mission church had a temporary roof as cover for inclement weather and is still waiting for the Bishop to work with the government to elevate it to the level of a parish church with the capacity of 2,000 faithful in the village to have a decent place to worship God.

You immediately obeyed our Prior and were ready to transfer to a new location and courageously assumed this great responsibility on January 6. You began to carry out this new assignment and planned the logistics to build the church.

On the Saturday evening of January 29, you came to celebrate Mass for the people of Giang Lố 2 village and remained there to hear confessions for people preparing their hearts to welcome the Lunar New Year. Unexpectedly you "lay down" on the cement ground of the chapel with your blood splashing all over, even over the statue of Mary, Our Lady of Grace, placed on an altar behind. Your blood had been shed on the ground of this land.

My dear young brother Thanh,

At this moment of writing, immense pain again pierces my heart, my dear brother Thanh.

I love you no less than your family because you and I have worked together in these missionary lands.

The first and foremost pain that our brothers and I suffered was to see you after embalming you and placing your body in the living room of our community, with no personal possessions on your body. Can you believe this? When you joined the Province, the words you spoke when you "lay down": "I ask for the mercy of God, and that of our brothers" has been fulfilled by God when our brothers embalmed and dressed you with our brothers' possessions, not yours. When you were murdered, the staff at Ngọc Hồi Hospital had torn off your stained clothes to save you; the blood-stained garments were the only clothes you had on you.

When the doctor had given up on you, we brought you back home; the only garment you had was the stained trousers. Thus our brothers bathed you and prepared your body. They placed on your body trousers and shirt belonging to Father Tuấn; the white religious habit and black cape belonged to Father Thịnh, and the pair of shoes belonged to the Prior of the community. Therefore, the clothes that were placed on you belonged to our brothers. All the brothers were pleased to express their fraternal love for you.

It pierced my heart to see the image of your old, weak, and frail father embracing the casket with his lips tightly sealed to avoid bursting out crying, but he could not control the tears that ran down his face. I was informed that your father and your family had made plans to visit you in Sa Loong, Kontum, on the 4th day after the Lunar New Year, Tết, but ironically, you returned to be seen in the casket by your family.

Usually, our priests, including myself, are the ones who would celebrate the funeral Mass for our parents, asking for God's mercy for them, for they had offered their children to God. But for you, you lost your mother before preparing for the profession of final vows. Your mother was not privileged to see you "laid down," offering your life to God forever and "laid down" to rise to the altar just as your mother had hoped and prayed for you. Now you have become a priest, but you could not celebrate the funeral Mass for your father. On the contrary, your father came to celebrate the funeral Mass to pray for you. Reflecting on this situation, I am heartbroken, and I cannot describe it but can only sob my tears.

I am feeling anguish because your projects of building churches at Đăk Xú as well as at Sa Loong, were not accomplished. All the

faithful, old and young, especially the children, cried and missed you immensely. They brought their mats and blankets into the chapel to gaze upon your portrait, hoping that you would return to them. How can one not shed tears when witnessing this sight?

Concerning our Dominican missions in the Central Highlands areas, I hope that you are the potential of our Dominican Province contributing to the Diocese of Kontum. I have planned a project, which I have discussed with our brothers, concerning Father Châu and your Xê Đăng language capacities to make our Dominican Đăk Mốt Community a place to "research the language of Xê Đăng." We can invite other neighboring pastors and linguistic experts to complete the translation of the liturgy for the Xê Đăng Đăk Mốt Catholics, like a spiritual/ intellectual contribution of our Dominican brothers to the Diocese of Kontum. But now, my plans are lessened by one person. I am feeling deep anguish.

My dear brother Thanh,

Now you have truly "lain down,"

After moments of sitting next to your portrait and thinking of you in my daily prayers and celebrations of Mass, I see that I have to stand up. I must "rise" to continue our missionary work in this Tây Nguyên land the Diocese has entrusted to our Dominican brothers. From this day onward, our brothers and I feel more empowered and supported because of your "laying down."

Sa Loong Chapel

My dear brother Thanh,

When you first entered our Province, you "lay down" asking for the mercy of God and that of our brothers; now it is our turn to ask for your mercy in heaven to assist us in continuing to move forward with greater zeal in this ministry in the Central Highlands.

Please intercede and accompany our Dominican brothers in Kontum, which comprises seven mission locations in the Diocese of Kontum and five mission locations in the Diocese of Buôn Ma Thuột.

Please pray for us and inspire our young Dominican brothers to dedicate their lives devoutly to the Central Highlands, so that they can continue undertaking the translating of the Bible into the languages of the local tribal people just like you have done so that the Word of God may echo far and wide. This is the mission of our Dominican Congregation.

Please pray for those entering religious life and the priesthood to realize that the moment they "lay down" at their profession of vows and ordination to the priesthood were moments of dedicating themselves to God and humanity with unwavering determination.

Please also pray and enlighten the people in Vietnam and everyone in this world. After a few minutes of grief, sympathizing with your "lying down," may they allow themselves to "rise," recognizing their Catholic nature through baptism and becoming "missionary disciples" of Jesus. They have the responsibility to bring the truth and love of God to all nations, especially to the poor in need of material and spiritual support. They must be ready to "lay down" like you, believing that after this laying down, they may also rise, enjoying the glory of our Risen Christ.

Please pray for our Church, the People of God, as we look forward to becoming a Church of solidarity, communion, participation, and mission as initiated by Pope Francis, to invite all the faithful in building the Church of God that may effectively attract and spread the Good News to our world today.

I ask that you look from heaven upon the chapel in Saloong where you were sent. You are very close to God directly; grasp God tightly, and ask God to look at the wounds on your head and neck, look at the pool of blood you shed and grant you your prayers. Look at how and where the faithful, your sheep, are praying now. If you were so concerned while on earth to build a chapel so the people could worship God with reverence, now from your place in heaven, you are probably ten times more anxious for the completion of the Church in Sa Loong.

I remember the farewell words of our Provincial Superior at the funeral Mass at St. Martin de Porres Shrine in Hố Nai. "Your blood that has been shed on the land of the Central Highlands will surely bear much fruit. Strengthen our brothers, help them be more mindful, and dedicate themselves with greater zeal, following your example."

Indeed, your bloodshed on the land of Central Highlands will not be in vain, but as the blood of Christ on the Cross and the blood of the 118 Vietnamese martyrs, of whom 38 are Dominicans, now bear great fruits for the Church and all souls.

My dear brother Thanh, when our Founder, Saint Father Dominic, "lay down" to die, he promised that when he returned to the Kingdom of God, he would intercede for our Order to spread to all the corners of the earth. Now that you have "laid down," you returned to the "same table" in heaven as our Founder – and our Order just celebrated its 800th anniversary. Ask our Founder to continue to reignite, rekindle, and strengthen our brothers in the Province to dedicate ourselves after your example for the sake of the Kingdom and in the name of Christ.

> *Farewell, for now, our loving and likable brother.*
> *May you rest in the peace of Christ.*

Requies in pace Domini Christi,

This writing was also made into a video clip directed by Father Anthony M. Z. Phan Tự Cường, OP, at the Dominican Priory in Kontum. Father Cường was assisted in recording into English voice by the arrangement of Fr. An Bình. You may reach Fr. Cường at tcuongop@gmail.com, 0988542448 (in Vietnam) or international free Viber messages and calls +84 98 8542448.

Priest Murdered While Hearing Confessions | FR. THANH TRAN, O.P. | Modern Martyrdom: https://youtu.be/w3z4j2e8GDQ. I want to thank Father An Binh, head of the choir, "Words I Want to Speak/Lời Con Muốn Nói," for permitting me to use the song, "Oh Beautiful!" in this video. https://youtu.be/asofiAYSeeM. Thank you to our two musicians, Y Nhơn and Nguyen Dan in Kontum, for composing the background music for this video clip.

Sending the Wind to the Clouds

Fr. Võ Viết Cường, OP

1. What little remains

I visited you on the first day of December last year and revisited the land where I first set foot more than ten years ago. The landscape changed quite a bit; only your eyes and smile were still intact, like when you first joined the juniorate in 2010 and left there more than four years ago.

You humbly told me about the community's land expansion plan, as well as the upcoming projects. You were excited to introduce the community's facilities, especially the beautiful little chapel that still smells of new wood. I complimented you on the beautiful chapel, and you quickly promised me a wooden altar set whenever I needed it. I nodded happily. Now, I think you owe me a gift.

On January 3, 2022, I heard you were transferred to Sa Loong to minister at this mission. On January 14, 2022, you sent me some photos of the Rosa #1, House of Love, built not long ago by a brother predecessor. Those were the last pictures you sent me and the suggestion: "I'm preparing to build a church, please help me!" There was no reason for me to turn down your request. It looks like I owe you a promise of a plan filled with hope and holiness.

It was past 9:00 PM on January 29, 2022, when I received news that you had encountered some mishap while carrying out your ministry. I made every effort to obtain the latest health updates about you; simultaneously, I prayed for you to overcome the problem soon. Unfortunately, the information available was only a poor prognosis from the medical staff. The ambulance sped

through the night. The whistle tore through the quiet ambiance of the mountains and forests of Tây Nguyên (the Central Highlands) in the last days of the lunar year. When prayers for your recovery had not left their lips, many people heard the sad news of your passing. Bewilderment and shock were the feelings of everyone when they heard that their brother had just laid down. Looking up at the sky, I suddenly realized a star had just gone out. However, I was not disappointed or sad about this because I believe it was extinguished here but will shine elsewhere.

2. To whom one cries, who cries, to whom one cries now?

On the 7th day of the Lunar New Year, some friars and I visited your father and were determined to share with the family this traumatic incident. However, what surprised everyone was that your father constantly comforted us. Fatherhood is so sacred and sublime that instead of expressing pain and loss, your father tried to speak frequently about his peace of mind. He smiled and spoke as if his son had just received a blessing from God himself.

Surely at some point, when no one is around, sitting across from his son's portrait, your father will be unable to stop his emotions. He will cry not because he deliberately pretends to be weak to prove his strength but because it is the love that springs up from the bottom of a father's heart for his son. In any case, the friars and I felt warmer and more comforted even though we had just lost a dear brother.

I visited your grave on the 10th day of Tết (the Lunar New Year). Everything was different. Incense smoke and candles covered the grave. There seemed to be constant groups of people coming there to pray for you and even ask you for intercessions. I had thought of visiting you to relieve your loneliness, but seeing so many people showing affection for you, I suddenly felt a little burning in my nostrils; once again, my spirit was comforted.

Late Night at Cát Đàm, February 17, 2022

Fr. Joseph Võ Viết Cường, OP, is in charge of the Department of Apostolic Affairs for the Dominican Province in Vietnam. He is living at the Dominican Priory at 90 Nguyễn Thái Sơn, Gò Vấp, Sài Gòn. https://catechesis.net/

Bowing Respectfully
To Say Goodbye One Last Time

Father Joseph Trần Ngọc Thanh, OP
Entering the Exodus with Jesus Crucified

Sr. Êlisabeth Trần Như Ý Lan, CND

On the last day of the Lunar New Year of the Ox 2021, when heaven and earth transformed to welcome the New Year of the Tiger and Spring, I was shocked to read Youtube news: A priest was hacked to death while sitting in the confessional after celebrating Mass on Saturday afternoon. Looking at the familiar, young, and gentle face of Father Joseph Trần Ngọc Thanh of the Dominican Order, my beloved student, I could not believe it, even though it was true. Please allow me to call Father Ngọc Thanh "my dear EM" (a younger brother), which I called him when he was still in this world.

He was fatally slashed twice in the head by a cruel man while performing a noble priestly ministry, granting God's forgiveness to sinners. Looking at the image of blood around Fr. Thanh's head with his body motionless, my tears kept falling. Perhaps in my life, I have never cried so much on New Year's Eve, the day of festivals, reunions, and joy. The image of Fr. Thanh, when he was a student, gentle and intelligent, sitting at the front of the class during his fourth year of Theology, clearly appeared in my mind.

Many websites reported confusing questions about the sudden death of Father Joseph Ngọc Thanh. I'm not discussing this, for it is out of my power. I only offer a brief reflection on Fr. Thanh's passing. Fr. Thanh was a passionate young priest who volunteered to serve the poor and marginalized in the land near the border of Tây Nguyên. His dedicated life had many unfinished dreams and plans. I was informed that Fr. Thanh was a priest of God for four years and went to minister in Tây Nguyên. Father Thanh had completed the translation of the Liturgy of the Mass into the vernacular of the parishioners so they could participate in Mass with greater understanding and fervor, and he was in the process of asking his Superior's permission to publish the translation. With the eyes of faith, many people see the painful death of Father Joseph as a cross sent by God. That is correct. And when Father Thanh received the cross of his life in communion with the Cross of Jesus Christ, the cross brought the benefit of salvation for Fr. Thanh and others.

In the light of the Gospel, I see Fr. Thanh's return to the Lord as an EXODUS. Similarly, the Gospel of Luke reports the transfiguration of Jesus with his face shining in prayer; He conversed with the prophets Elijah and Moses about his upcoming Exodus to be completed in Jerusalem, His Passion. This Passion is not to be perceived as a tragic event of death but as an Exodus (Lk 9:28-36) to new life. It was the Exodus of the Jews from the land of slavery in Egypt to the Land that God promised to give

His People[1]. Jesus entered into His Passion and accepted suffering and death, but He carried out the Exodus for us, bringing us out of the land of slavery to sin into the Promised Land of Life, an Exodus full of Faith, Love, and Hope.

I believe that when Father Joseph Trần Ngọc Thanh was celebrating the Sacrament of Reconciliation for the faithful, his face also brightly shone, for, at that moment, Jesus was present in Fr. Thanh to forgive the penitent's sins. Fr. Thanh had entered the Exodus with Jesus leading the People of God into the Promised Land of eternal life. I bow respectfully to you, Fr. Thanh, my dear younger brother; now, you can sing with serenity:

"I have competed well;
I have finished the race;
I have kept the faith.
From now on the crown of righteousness awaits me"
(2 Tim 4:7-8a).

Yes, you went to heaven to receive the crown of the righteous. You have inspired me (your humble teacher) to become a saint; you have also inspired many others – your friends and poor parishioners who are still fighting on their earthly pilgrimage. I join you and our Blessed Virgin Mary to say to God: FIAT! MAGNIFICAT!

Source: https://hdgmvietnam.com/chi-tiet/cui-dau-kinh-can-chao-em-lan-cuoi-linh-muc-Joseph-tran-ngoc-thanh-op-44462

---

[1] Bishop Peter Nguyễn Văn Khảm, "The 100-week Bible", Week 99.

Sr. Elisabeth Trần Như Ý Lan belongs to the Congregation of Notre Dame, graduated as a doctor in Sài Gòn, Vietnam. She received a doctorate in moral theology in the United States. Sister teaches at many seminaries and institutes in Vietnam such as, Sài Gòn Major Seminary, the (first) Catholic Theological University, Jesuit Scholastic Formation, Don Bosco formation, etc.

Email: trannhuylan@gmail.com.

Written for a Priest
Who Just Laid Down:
Joseph Trần Ngọc Thanh, OP

Fr. Anthony Trần, SVD

It is completed! You died as a martyr while performing the greatest act of priesthood by sitting in the confessional listening to penitents who were reconciling with God in the last days of the Lunar Year of the Ox.

Today, January 31, 2022, also marks the eve of the Lunar New Year when you are buried in mother-earth with the deceased members of the Order of Preachers at the Province's cemetery in Xuân Lộc Diocese. I had the opportunity to know you when my father was called home by God during Lent in 2019; at that time, you had been ordained for just a few months and were sent to the mission in Kontum to carry out the task of evangelization.

When I returned from Holland for my father's funeral, you came to see me and wanted to concelebrate Mass at home in the evening to pray for my father. I invited you to preach, and you happily accepted. Looking at your scholarly and gracious physique and noting your Dominican missionary zeal, few people would have thought that you were only 38 years old at that time. You told me that you used to read my missionary posts when I was still serving in Paraguay and hoped one day you could come to one of the Latin American countries to fulfill your missionary desire. I told you that Kontum is also a mission land and needs people with missionary ardor and devotion like yours.

At noon on Sunday, January 30, 2022, the former Vicar General of Kontum Diocese, Father Peter Nguyễn Quang Đông, called to inform me that a young Dominican priest, Joseph Trần Ngọc Thanh, had been killed by a cold-blooded man who hacked him from behind while he was celebrating the Sacrament of Reconciliation, and he could not be saved. You passed away at 41 years of age and nearly four years in the priesthood. I was shocked, stunned, not believing it was true even though it had happened. Your departure was so unexpected.

The perpetrator was later arrested, and according to some sources, this brutal killer was mentally ill. This term sounds very familiar in recent years. Indeed, when a certain thug brutally attacks churches or priests, it is immediately known that these thugs are labeled mentally ill, which is the end of the story. It is said that people have increasingly become more deceptive and cruel because the doctrine of atheism has taught people to live selfishly, not believing in God, not believing in rewards and punishments in the afterlife, and knowing when to trample others to get ahead.

Paraguay was where I spent my missionary days in a country with many criminal groups, gangs and mafias, yet they greatly respected priests. You fell into a tragic situation, however, making it impossible for me to understand that in a country like Vietnam, with powerful police and civil defense forces, there was a bloodthirsty person who blatantly stormed into the holy place to savagely murder you, a priest on a mission. Drunkards sometimes attacked the missionaries outside our mission churches, but no one dared to enter the church to cause trouble. You died as a martyr of the twenty-first century. Justice will soon be revealed, and you will be recorded in the books of a new era.

Right now, you and your mother have reunited after many years apart. You had successfully fulfilled the role of a young priest in the missionary land of Kontum with many challenges. Many people are mourning the loss of you, including me. Rest in peace, and remember to pray for your family, your father, the missionaries ministering in Kontum, and your fellow Friars of the Order of Preachers.

 Fr. Anthony Trần Xuân Sang, SVD, Superior of the primary Community, 38 Võ Thị Sáu, Nha Trang.
https://ngoiloivn.net

Fr. Joseph Trần Ngọc Thanh and the Third Good:

Missionary Martyrdom and Absolute Availability

Fr. Cyprian Consiglio, OSB Cam.

A short time ago, I was directing a retreat for a group of Dominican Sisters, and one of the talks was about the threefold good – the triplex bonum, specifically the third good as a pathway into discussing our call to holiness.

In the late 19th century there was a rediscovery of an ancient document known as "The Life of the Five Brothers" by Bruno Boniface of Querfort, one of the first disciples of the founder of the Camaldolese monks, Saint Romuald. Bruno explains the origins of the triplex bonum, "the threefold good," in the following way: The Emperor Otto asked Romuald to send some of his disciples to some of the harshest lands in Europe as missionaries, with full recognition that this might possibly lead to martyrdom. The threefold good comes to be known as solitude, community, and this third element that was called either evangelium paganorum–the evangelization of pagans, or martyrium–martyrdom. Indeed, several of the first generation of Romualdian monks were murdered in their efforts: Benedict and John and three companions were killed in Poland, and Bruno Boniface himself with eighteen companions were killed in Hungary. What is notable about the first martyrs, Benedict and John, is that they were not sent to do any active evangelization, but merely to be a contemplative presence in the hostile lands. There was also the foreknowledge that there was the possibility of martyrdom.

A century after the re-discovery of this document, the current Camaldolese Constitutions were revised in 1993 to reflect this triplex bonum (the threefold good): "The characteristic element of the Camaldolese tradition is the unity of the monastic family in the three-fold good of coenobium-solitudo-evangelium paganorum [community-solitude and evangelization]."[1] This threefold good sets up a marvelous dynamic and offers the possibility of great creativity in living out the religious life, especially if we think of the third good as universal in two respects: 1) even without being sent off into a hostile missionary territory every friar or nun ought to carry some of the energy of the third good; and 2) perhaps this is a way to describe what every Christian's life ought to include.

Even though the third good was originally referred to as either evangelium paganorum or martyrium, many of us do not like to name it. Sometimes in modern times this third good is associated simply with dialogue or with hospitality or general ministry, but there is a danger of diluting or domesticating it. I prefer to refer to it as "missionary martyrdom" because that conveys some sense of the extraordinary, doing something not everyone else would choose to do or going somewhere that no one else would want to go. This is why I have come to think of it simply as absolute availability. This is also why it is a universal end for the true disciple of Jesus, as Jesus tells Peter, "…when you grow old, you will stretch out your hands, and someone else will fasten a belt around you and take you where you do not wish to go" (Jn 21:18). For us, the life of community is not the end – it is a means. Even the exalted and revered life of solitude is not an end in and of itself – it too is a means. The ultimate goal of our life as followers of the Gospel of Jesus is absolute availability to go wherever and do whatever the Spirit needs of us, whether that means caring for a sick confrere, serving as a religious superior, or evangelizing in hostile lands, whatever takes us out of our comfort zone and into the realm of the total gift of self.

---

[1] Revision of above cited I, 3 of the Constitutions and Declarations, 1993.

One of our scholars translated the famous line in Romuald's Brief Rule as "Empty yourself completely and sit waiting, content with the grace of God." However, the Latin word is actually destrue, which the Italians translate asanientati—"annihilate yourself" and sit waiting! Another of our scholars uses a stronger word in his translation: "Destroy yourself completely and sit waiting…"[2] There is perhaps an un-poetic alternate translation that sums up the weight of the Latin best of all: destrue is the opposite of "construct," and so "de-construct yourself completely and sit waiting, content with the grace of God." That is what one is supposed to do in the hermit's cell. The third good, on the other hand, missionary martyrdom, is associated with the great Pauline phrase but here rendered in Latin: cupientibus dissolvi et esse cum Christo; the third good is for those who are "eager to dissolve and be with Christ" (Phil 1:23).[3] Usually this phrase is translated in the Scriptures as "I wish to depart and be with Christ." What is fascinating is that actually the advice to the missionary and the advice to the hermit are really the same thing: de-construct yourself and sit waiting; dissolve and be totally available.

The end is not to be a hermit, a missionary, or a community member; the end (the telos) is to go beyond yourself, to empty yourself; the ultimate goal is for the self that we have constructed to dissolve, like yeast in the dough, like salt in the earth, like a seed that falls into the ground and dies. If I am a hermit, it is an ascetical solitude to which I am called – in a sense to die to my desire for human companionship and affirmation, to die to my desire for even legitimate pleasures in order to be alone with the Alone. If I am a missionary, I put my comfort zone and perhaps even my very safety off to the side and make myself absolutely available to the Spirit. But even if I am "merely" living a simple life in community my goal is also to go beyond the small self.

---

[2] VF, 32.

[3] VF, 2. The Latin dissolvi means to "dissolve or break apart," which the Italians translate as scioglersi–"to break apart or loosen."

As I was describing this third good to the group of Dominican Sister retreatants, one of their group excitedly told me the moving story of the young priest Fr. Joseph Trần Ngọc Thanh. We both agreed that this friar, who chose to commit himself to live with and serve the poor in the remote highlands at Sa Loong Mission was a shining example of that absolute availability and the ultimate gift of self in the service of the Gospel. Father Joseph Thanh's availability to God extended to his availability to all of God's people, especially those most in need. Father Joseph Thanh used his God-given talents of love and hope, of friendliness, intelligence, and creativity to build up the Church/ the family of God. He learned the language of the people he served and translated the liturgy into their language to make it more understandable and available to them. He played with the children and taught them; he collaborated with the well-educated and allowed them to teach him. Although his death was unexpected, Father Joseph Thanh was where he chose to be – absolutely available to God and God's people. May he and all the saints who give their lives for the sake of Christ serve as shining examples of what it means to be like the seed that falls into the ground and dies, and in doing so yields the richest harvest.

Fr. Cyprian Consiglio is a Camaldolese monk, musician, composer, author, and teacher. Both his music and teaching revolve around the Universal Call to Contemplation through spirituality and the arts. He has recorded original liturgical music and has published three books (Prayer in the Cave of the Heart; Spirit, Soul, Body; The God Who Gave You Birth) and numerous articles on spirituality, music and liturgy. Fr. Cyprian has traveled widely to India, Europe, Asia, and the Mideast, performing as well as studying and teaching; he has done extensive work in inter-faith dialogue. He is Prior of New Camaldoli Hermitage in Big Sur, California, USA.

4 In the Light of
theGospel

Blessing & Curse

Homily of Father Thanh's Funeral Mass
(Lk 16:19-31; Jer 17:5-10)

Fr. Matthew Vũ Văn Lượng, OP

Dear Brothers and Sisters,

We are living the last hours of the old year of the Ox 2021 and preparing to welcome the Lunar New Year of the Tiger 2022.

In these last hours, each of us wishes for blessing, peace, and well-being in the New Year. However, the blessing is nowhere to be found, but the curse strikes. And is this curse a curse? The surprising curse that came to us was the cruel and violent death of Father Joseph Trần Ngọc Thanh.

In the Gospel of Luke, Chapter 6, verses 20-26, the evangelist speaks of the four beatitudes and curses to show people what is a blessing to live and what is a curse to avoid. The parable of the rich man and poor Lazarus is meant to illustrate these four beatitudes and curses.

Was the rich man punished for his wealth, surplus, or for dressing in finest linen clothes? No, he was punished for not caring about others and not loving Lazarus, who was sitting at the door waiting for the crumbs to fall from the table. That rich man had no mercy and was selfish.

In the blessings and the curses, we see the appearance of two opposite persons.

What might be considered a curse (Lazarus's experiences) turns out to be a blessing because that person (Lazarus) is in a genuine relationship. The Bible describes Lazarus as tragic, lonely, and gloomy. Still, in reality, Lazarus is a man in a relationship – a hidden relationship with friends as well as the dogs that came near him – and when he died, he had angels to support him, and he was seated on the lap of his father Abraham; moreover, he had God's help, because his name Lazarus means "God helps."

The rich man feasted lavishly every day, dressed in silk and brocade, but he had no friends or name. That results from a rich lifestyle, not knowing how to share and show compassion. What people think is a blessing is actually a curse. The worst part is that he is anonymous before God and people: he has no name.

In the first reading, the prophet Jeremiah also shows us the misfortune of those who believe in the world compared to the blessings of those who put their trust in God.

Those who believe in the world will be like a barren bush in the desert, never seeing blessing or realizing that they are being blessed; they remain forever in the salty land with no shadow of people residing, no relationships, and no friends. Those who put their trust in the Lord are like a tree planted by a stream of water; even in the hot season, the leaves on the branches are still green; the drought comes, but the tree still bears fruit.

Although the prophet Jeremiah was alone and despised by his people, he still had a relationship with God, and because of that he was the blessed one.

The prophet Jeremiah, like Lazarus, was truly blessed, as is found in Psalm 1:

He is like a tree
planted near streams of water,
that yields its fruit in season;
Its leaves never wither;
whatever he does prospers.
But not so are the wicked, not so!
They are like chaff driven by the wind.
Therefore the wicked will not arise at the judgment,
nor will sinners in the assembly of the just (Psalm 1:3-5).

Dear Community of God,

We can certainly say that Father Joseph Trần Ngọc Thanh was a virtuous, gentle, and simple person. A special feature that everyone recognized in him was his constant smile and appreciation of people. We can truly say that he lived the spirit of Lazarus: a kind and friendly person – evident on his face and in his words, voice, and manners.

Then what we consider a curse for Father Thanh through his tragic death is a real curse in the eyes of the world but a blessing for those who have faith.

The blessing is that, like Lazarus, he had a name before God and everyone. He had a close relationship with everyone; he loved everyone, especially the poor in the Central Highlands; he was a hero who dared to sacrifice his life for the sheep regardless of the dangers.

We can be sure that God will reward Father Joseph with blessings in his Kingdom just as God rewarded Lazarus: to be in the bosom of the Lord.

The Bible has shown us what the blessings are and what are the curses of human life. To live the beatitudes and avoid the curses, we cannot imitate the rich man who wanted his brothers to live by asking God to allow the miraculous return of the dead without resorting to Scripture.

The prophets Jeremiah, Lazarus, and Father Joseph lived the beatitudes because they knew how to use Sacred Scripture as a compass and guide for their lives.

May the Lord help us know how to use Sacred Scripture, the Word of God, to look into our lives, to see what is a blessing to seek, and what is a curse to avoid. Amen.

Fr. Matthew Vũ Văn Lượng, OP, a professor of the Bible at the Dominican Institute in Gò Vấp, Sài Gòn, is an officially recognized mentor priest who Fr. Thanh chose to walk with him in his priesthood formation and life. Fr. Lượng delivered the homilies at Fr. Thanh's First Thanksgiving Mass and funeral.

You may follow the videos here: *I cannot hold back tears looking back at the image of Father Joseph Trần Ngọc Thanh at his first Thanksgiving Mass* (https:// www.youtube.com/watch?v=ZjCZb3GCcbc).

and *Fr. Joseph Trần Ngọc Thanh, OP, funeral Mass at the Priory of St. Martin de Porres* (https://youtu.be/7n5FJUJgpHE).

Put Out into the Deep Water & Lower Your Nets for a Catch

(Luke 5:1-11)
Sr. Phan Thị Tuyết Mậu, RNDM

In the last days of the Year of the Ox 2021, everyone was shocked when they heard that a Dominican priest serving in Tây Nguyên (the Central Highlands) was brutally murdered. He was slashed in the Confessional while celebrating the Sacrament of Reconciliation. Though rushed by emergency vehicle to the closest medical center, the young Dominican priest could not survive the fatal blows. Choked sobs could be heard from the heavy hearts of many people who were present at the funeral and farewell ritual for Father Joseph Trần Ngọc Thanh. The challenging question remains: "Why did that dedicated young priest have to die such a tragic death?"

Why was it (you)? Why were you murdered? Why did you die a sudden, unjust death? You were only a young priest. You were a very gentle religious, quite intelligent, generous and zealous, dedicating your life to the Gospel's cause, especially to serving the poor. Every portrait of you radiates a serene, gentle, and loving smile while being with others. So why did the young killer hack your head so severely that it fractured your skull and splattered your blood around the confessional room?

Like many people, your image (that of a friendly young priest) follows me in prayers and supplications. I have feelings of sadness, anguish, pain, and fear of evil darkness everywhere, threatening the lives of so many brothers and sisters living in remote and isolated mission areas. At the same time, I am troubled by the question of your mysterious death making my mind restless and unsettled because I cannot find answers.

But then, I suddenly saw an image of "Jesus standing on the shore of Lake Gennesaret with the crowd pressing to approach Him to hear the Word of God." I also saw you, my brother priest, standing there. You were coming up from the shore near the border of Tây Nguyên. You and Simon Peter, with his fellow fishermen, had gotten out of the boat and were washing the nets because everyone had worked hard all night but had not caught any fish. Simon said, "Teacher, we worked all night and caught nothing."

You stepped out of the boat in which you sailed for 41 years as a human being on earth. You and everyone else were washing the life's nets in the days leading up to Tết, the Lunar New Year of the Tiger. There you were in the confessional with Jesus. There, you saw a crowd of poor people eager to hear the Word of Life. That crowd is composed of the people who have been and continue to be marginalized in society. That crowd was poor in every way, as an arid land longing to listen to the Word that gives life, faith, and hope.

So when they came to know Jesus who could give them a new life, they "pressed on to draw near to Him to hear the Word of God." He embarked in your boat and sat on your life's ship, and He stayed there and taught the crowd. He also asked you: "Row the boat a little farther from the shore. Row out into the deep water and let down the net to catch fish." What a great challenge that was beyond your understanding and everyone's. Like Simon, you replied: "Teacher, we worked all night and caught nothing. But at your command, I will let down the net." Was it because of obedience to God and trusting in Him that you accepted to row out into the deep and let down your nets? Perhaps it was because you believed in Jesus. You believed because you had the experience of meeting Jesus many times in your life. You believed because you have witnessed the healing power of the Master for yourself and many people around you. For this reason, you dared to row out into the deep water and cast your net.

The net you cast into the sea was the net of your life. Your life net was cast into the sea of the world filled with storming waves, hidden evil spirits, perplexed irony, injustice, and darkness in human society, but because of obedience and trust in God, you rowed out into the deep water and lowered your net.

Then you and your friends pulled up many fish with the net of your lives. The fish are the laughter of so many children when they learn the alphabet, the numbers, the love, and the care they deserve as human beings. The net is full of fish of the ethnic minority brothers and sisters who are now being treated with respect, heard, and cared for as their human dignity is recognized. That net is also full of generosity, forgiveness, and sacrifice.

Today, the net of your life has been cast and pulled up. The boat of your life was also anchored on the shore of the lake of human life. You got out of the boat and washed the net of your life after completing a journey of going out into the deep and casting your net. Now, the ship of your life and the net you have painstakingly woven for the past 41 years have been washed in the blood of Christ Jesus mixed with your own blood in the Diocese of Kontum.

I believe that today, you have fully understood and experienced what Christ Jesus told his disciples: "Do not be afraid; from now on, you will be the one to gain people." You are no longer afraid.

The boat of your life is now anchored on the shore: "So they brought the boat ashore and left everything to follow Him." It is true that at this moment, you left everything to follow Him whom you recognized: "I have chosen the way of truth" (Psalm 119: 30).

When I think about you and look at you in the recent painful incident in the light of the Gospel of Luke, 5:1-11, I realize that to see Jesus and have the courage to listen to His call like you is truly a daunting challenge. Then I heard His voice: "Get back in the boat of your life," – the boat in which I sat and toiled all night but caught no fish. Then Jesus chose to walk down and sit in my boat. He asked me to row the boat a little farther from the shore. This is not easy for me. I struggle to fight the darkness of that sea full of evil. I want my faith to be stronger than my fear. Today, from the lesson of your testimony to Christ Jesus, responding to God's call and showing your love for God's poor step by step – even to death – I feel I have more courage to face the storms of my life. I ask you to pray for me to begin my lesson of faith and dare to embark because Jesus got into a boat that belonged to Simon, and He asked him to row a little farther from the shore.

Source: This article is a translation of a direct load of the Vietnamese version at https://dbtgvn.net/suyniem/detail/2689.

Sr. Maria Phan Thị Tuyết Mậu, RNDM, is a former Provincial of the Congregation of Our Lady of the Missions. Sister is currently a psychologist for students in crisis due to today's social situation. *https://dbtgvn.net/*

A Grain of Wheat

named
Joseph Trần Ngọc Thanh, OP

(Ga 12: 23-26)
Fr. Anmai, CSsR

No one wants to accept a painful death like Father Joseph Trần Ngọc Thanh. But then, through Father Joseph's death, everyone stopped to look at his life, his missionary journey, the Dominican Province of Vietnam, and the missionary work in the Diocese of Kontum. Now almost everyone knows about the brutal death of Father Joseph. The murderer did not hesitate to hack with a knife and kill a priest performing the pastoral ministry entrusted to him by his Order and the Diocese.

On the surface, it may seem painful and even bitter, but Father Joseph's death has directed the attention of many to a remote mission land, Sa Loong. Prior to Father Joseph's, Sa Loong is also just a name, a piece of land that seems so insignificant that no one knows about it except the people who live there. Now Sa Loong has lighted up, glowed, and shimmered because it is the place where Father Joseph painfully died and gave witness.

When we think of Father Joseph's death, we think of a grain of wheat that falls to the ground and dies. Life and death are the laws of nature for all living things. Death is a way to generate new life, as Jesus said: "Unless a grain of wheat falls to the ground and dies, it remains just a grain of wheat; but if it dies, it produces much fruit" (John 12:24). Thinking in this way, we see death as a change in the way of being on a much richer level. Jesus called the hour of his death on the cross "the hour of the glorification of the Son of Man." From there, He introduced a guideline for life: "Whoever loves his life loses it, and whoever hates his life in this world will preserve it for eternal life" (John 12:25).

Who does not love their life? No one wants pain or death. But if living with only concern about possessing and enjoying, we will become as bare as a seed of wheat that refuses to be buried underground. Likewise, no one takes his life lightly, but if we value it to the extent that we become slaves to ourselves, we are like nurturing a body without a soul. People think it is glorious to have fame and power, but Jesus considers the cross to be the glory. He teaches us that from death comes life, and only by sacrificing can we keep life; only by serving, do we become great. Through painful experiences and letting go, we find ourselves gaining when we accept the loss and receiving when we give. Just as a snail can only crawl when it comes out of its shell, we can only abundantly live when we go out of our preoccupations and calculations to live for love.

The "Peace Prayer" that we often sing must become the living principle of our lives: "It is in giving that we receive, it is in forgetting ourselves that we find ourselves..." This way of thinking helps us understand that life and death are two mutual exchange acts in every moment and at every event of our lives.

Father Thanh laid down his life in the mission land of Tây Nguyên, which partly speaks of the difficulties and harshness of losing his life in this hardship land. In affluent and upscale places, priests do not have to keep in their vestment pockets cookies and candies to give as gifts to children.

Perhaps Father Joseph also ran from place to place to bring clean water to the people. In affluent and upscale areas, there is probably no need for filtered water systems. The remaining space next to the water purifier is no doubt the place where Father Joseph shed his blood in the testimony of his love and consecrated life. In affluent and upscale places, perhaps one may not have to accept such a painful and lonely death since there are always people nearby. I think that what Father Joseph brought with him when he came to live with the people were not just lollipops, a well and water filtration system, kilograms of rice or boxes of noodles, but also his entire life. He would not have bothered worrying about those things if he did not have a heart for the mission land. Perhaps how Father Joseph lived speaks of the beauty of his consecrated life. He was also concerned about the poor people he was sent to serve. Through associating with him, many people came to know God because of the gentle and kind heart that radiated from his face.

Look at Jesus in the garden of Gethsemane. The battle to give up His own will to do the Will of the Father was so painful that he sweated with blood. But we become God's beloved children by giving up our own will. It is by doing God's Will that we bear fruits. By abandoning ourselves, we come to our life's goal to be united with God. Then we can say like Saint Paul: "Yet I live, no longer I, but Christ lives in me" (Gal 2:20). We lose ourselves to gain God. We lose the ordinary to gain the extraordinary. We lose the world to gain heaven.

Father Joseph's departure makes us think more about each person's missionary vocation, especially among our ethnic brothers and sisters. It is not simple for us to talk about the task of evangelization at every conference or seminar. We must live and accept all the pains of life before we can comprehend what mission is all about.

Everyone regrets Father Joseph's death. But then, in faith and trust, we see that Father Joseph gave his life as an offering to God the Father in a special way. Father Joseph passed away but left nostalgia in the hearts of many people. Father Joseph died, but his legacy and missionary efforts are still spreading in the immense missionary lands. We pray for Father Joseph, and now at the Lord's side, he will pray for mission lands and the missionary tasks of his Order and of the Diocese.

The grain of wheat named Joseph Trần Ngọc Thanh died and rotted so that from this land, the fruit of the missions would bear great seeds; we are certain in our beliefs. Father Joseph's painful departure will live on with the people and is a generation's legacy. They will also pray for Fr. Thanh, his intercessions, and Tây Nguyên missions.

Source: http://daminhvn.net/dau-an-da-minh/hat-lua-mi-mang-ten-Joseph-tran-ngoc-thanh-op-26308.html

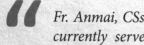

Fr. Anmai, CSsR, a Redemptorist priest in Vietnam, who currently serves the Gia Lai ethnic group in Kontum Diocese. http://dcctvn.org/

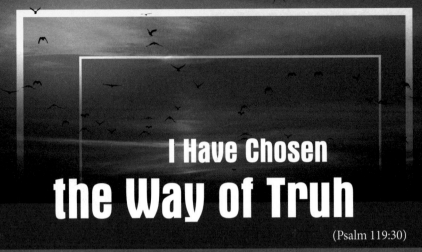

I Have Chosen
the Way of Truh

(Psalm 119:30)

Fr. Nguyễn Cao Luật, OP

Today (03/01/22) commemorates one month anniversary of Father Joseph Trần Ngọc Thanh's returning home to God, ending his pilgrimage on earth, a journey of truth. On this special occasion, let us recall and reflect on a few of his traits. Let us celebrate the sacrifice of Jesus, a sacrifice that saves the world, and offer the sacrifice of the life of Father Joseph to God.

*An Act of Faith

When he was ordained as a priest in 2018, Father Joseph Trần Ngọc Thanh chose "I have chosen the way of truth" (Ps. 119:30) as the compass for his ministerial life. Father Anthony Phan Tự Cường, a senior Dominican brother who had a close relationship with Father Joseph Trần Ngọc Thanh, shared the following views:

The life of Father Thanh: from the moment he chose to become a Dominican until the day he completed his earthly journey – from the time of aspirancy/postulancy to his pastoral ministry, from the period of studies to the reception of the sacrament of Holy Orders and consecrating his life in these highlands – all of that life still echoes the mantra/motto which Father Joseph had chosen for his life as a priest: "I have chosen the way of truth" (Ps. 119:30).

His selection of this motto for his priestly life was not a random choice but a deliberate act to define the meaning of his life. The death of Father Joseph while exercising his priestly ministry seems to indicate God's confirmation of Father Joseph's true identity, affirming his faithful journey, and confirming "the way of truth" now completed in this disciple of God!!!

The motto of the Dominicans is truth. This motto has attracted many zealous souls through many generations: from Saint Thomas Aquinas to Saint Martin de Porres; from Saint Catherine of Siena to Saint Rosa de Lima, from Las Casas to Lacordaire; from those who immersed themselves in doing research, living quiet lives in monasteries, to those who traveled to far lands to share God's Word, Life, and Love, even to shedding their blood in the task of proclaiming the Good News to the people of Vietnam. Many generations of the children of Saint Dominic have lived and died in accord with this motto on different levels and in different ways.

*One mission

The journey of this dedicated priest, Father Joseph Trần Ngọc Thanh, was truly a journey of mission: "Just as the Father sent me into the world, I also sent them into the world." And that journey has been sanctified by God in Truth: May you, Father, sanctify them in truth. Your Word is the truth.

The life and death of Father Thanh convey the rich meaning of life for those who follow Jesus Christ, the One who is the Way, the Truth, and the Life. Jesus is the Way that opens all other ways, the Truth that creates for all eternity, and the Life that produces abundant fruits.

Today, Father Thanh's journey on this earth has ended. He made a profound and loving journey in a few brief years. None of us can know the tremendous value of a life dedicated to the mission of serving God, the nations, the Church. Father Joseph Thanh's missionary gift of service and life have left us with profound impressions in our beloved Sa Loong village, many memories with the Dominican Friars in Kontum, and remembrances of love and gratitude in the Church – and the hearts of the people of Vietnam and beyond.

*One act of liturgy

Father Joseph has now returned to God, enjoying eternal glory. He has completed this journey of loving and caring for the people entrusted to him. He has washed his life garment, the Dominican white habit, in the blood of The Lamb who is Christ, and therefore, he deserves to attend the heavenly banquet at the same table with The Lamb, with Saint Dominic, and with all other witnesses. We hope, and we have the right to believe it.

Upon mixing his blood with the blood of the Lamb, Father Thanh offered his life of sacrifice with the Sacrifice of the Cross. He now prays with Jesus the prayer of the last supper for us, for the Dominican brothers and sisters, and especially for the Church in Kontum:

> *I am coming to you, Father... When I was with them, I protected them in the name you gave me... Consecrate them in the truth. Your word is truth. As you sent me into the world, so I sent them into the world. And I consecrate myself for them, so that they also may be consecrated in truth (Jn 17:11-12).*

Fr. Joseph Nguyễn Cao Luật, OP, the former Provincial of the Dominican Province of Vietnam and former Student Master at the Dominican Institute in Gò Vấp, Sài Gòn, Vietnam. He currently lives at St. Dominic Priory in Đà Nẵng, Central Vietnam at 1 Trương Minh Giảng, Đà Nẵng City,
Email: caoluat@gmail.com

The Sower Sowed Seeds
in the Central Highlands

Deacon Joseph Phạm Kim Lâm, OP

The passage of the Gospel of Mark (Mk 6:14-29) again makes us disturbed because people are so cruel to each other, ready to trample the truth, suppress justice, and go against the law to achieve what they want.

Recently, there was also Father Joseph Trần Ngọc Thanh, whose life, lifestyle, and death were similar to the life and death of Saint John the Baptist.

Both were holy — holy in words, holy in actions, and holy even in their deaths. Both were fulfilling their ministries of preaching Christ to the people. Saint John the Baptist was imprisoned just for speaking the truth about the social situation and the individual situation: "You are not allowed to take your brother's wife!" Perhaps Father Thanh also said the truth, acted for the truth and righteousness and ended up paying his own life's price.

Those who have had the opportunity to live together and interact with Father Thanh probably experienced and perceived that he was very gentle, quiet, and shy. His shyness and timidity did not hinder him from engaging in missionary work for the ethnic people. Language limitations also did not prevent him from walking in the same rhythm as the people in the remote mountains and highlands. There, the ethnic faithful certainly cannot forget his smile, his shepherd-love, always devoted to the flock, and his constant prayers for them. Certainly, the children cannot forget the loving gestures, candies, and cookies they received from him. Perhaps, those were very small gestures but contained the love of a caring shepherd, a shepherd who was always devoted to the flock entrusted to him. Pope Francis once shared how to recognize a good shepherd: One of the signs to recognize a good shepherd is meekness. Whoever is not meek has something hidden. A good shepherd is also a gentle person. Tenderness is expressed in being close, caring for each sheep as if it were the only one. And after a tiring work day, the shepherd returned home and discovered that one of the sheep was lost. He went out to find it and carried it on his shoulder to bring it home. This is Jesus, who accompanies all of us throughout life.[1]

When we talk about the bright spots in Father Thanh's life, it is not to brag about being a Dominican but to inspire each brother to strive to continue the mission and to boldly journey on the path of serving the Word. There are still personal limitations/ dangers in the ministerial environment, but with full faith in God, a warm love for God, for others, and for the mission certainly God is the One who will cause the seeds we sow to produce bountiful crops and good fruits. The seed will sprout and bear fruit whether we know it or not.

---

[1] The Holy See website: Pope Francis' homily on an online Mass on May 3, 2020, https://www.vatican.va/content/vatican/en.html. The Vietnamese version is a direct quote from Vatican News in Vietnamese in the homily of the online Mass celebrated by Pope Francis on May 3, 2020, https://www.vaticannews.va/vi/pope-francis/mass-casa-santa-marta/2020-05/dtc-0305-muc-tu-nhan-lanh-la-nguoi-hien-lanh-diu-dang.html

 Deacon Joseph Phạm Kim Lâm, OP, is serving at the Dominican Priory of the Holy Rosary in Gò Vấp, Sài Gòn, Vietnam.

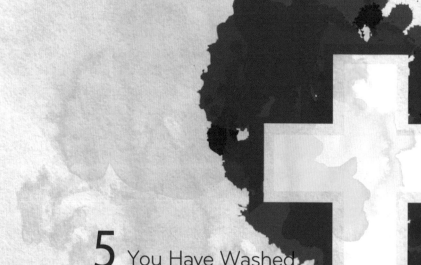

5 You Have Washed
Your Robes...
(Rev 22: 14)

A Witness of *Hope*

Fr. Joseph Phan Tấn Thành, OP

Many people became anxious when the news media from both the Church and the government in Vietnam was extremely slow in reporting the murder of Fr. Trần Ngọc Thanh (January 29, 2022) while he was celebrating the Sacrament of Reconciliation. The news of Father Trần Ngọc Thanh's death had, however, spread rapidly among the global media, including Vatican News. However, only a few people took notice that on January 31, 2022, Fides News Agency (of Propaganda Fides-Proclamation of the Good News) delivered the news that a Dominican priest in Vietnam was murdered in Kontum and a minister William Siraj of the Anglican Church in Peshawar (north Pakistan), was shot by two unknown suspects in an automobile on his way home after celebrating Mass on Sunday. These two breaking news in late January of 2022, were added to the list of 22 missionaries murdered in 2021, also conveyed through Fides News, including 13 priests, 1 Christian brother, 2 women religious, and 6 lay people.

Going back in time, Fides News Agency states that 365 missionaries worldwide were killed from 2000 to 2020. This is a significant "rapid leap" compared to 115 missionaries murdered between 1980-1990 (the number of 604 dead between 1990-2000 is an exception because of the genocide that occurred in Rwanda).

Of course, those are the known data collected (with the name and age of the missionary, as well as the circumstance in which they were killed); there are surely other "unknown" victims whose information is not provided. Indeed the reporters felt perplexed in choosing the criteria for publication. In the beginning, people seemed more concerned with priests who were murdered while exercising their ministry. For example, Father Jesus Reynaldo, OMI, was shot while praying the rosary in a chapel on Taiwan Island (south Philippines), Father Andrea Santoro was shot in the back while praying in a church in Trebisonda (Turkey), Father Thaier Saad Abdal took the bullets to shield a family while attending Mass at the cathedral in Baghdad (Iraq). Gradually the list extends to include priests who lost their lives because they have become "obstacles" due to their presence or words. In addition, lists of recent years include religious men and women and catechists who were ministering in the remote villages and resettled camps through their works of charity and often were compelled to speak up to defend the helpless. They have paid the price for these interventions. The irony is that these missionaries were not always killed by "non-Christians," particularly in Latin America (e.g., Mexico, Colombia, Brazil, and Venezuela). We also take note that in France, the widespread massacres of two priests: Father Jacques Hamel (85 years old) was murdered by two Muslims while he was celebrating Mass on July 26, 2017; and Father Olivier Maire (60 years old), provincial superior of the Monfort Missionaries in Saint-Laurent-Sur-Sevre (Vandee), was killed by a refugee from Rwanda who was accepted to work for the community.

Fides News Agency avoided using the word "martyr" (martyrs) when they established the list because, according to Canon Law, to be recognized as a martyr, the motivation of the offender must be proven as "hatred for the faith" (odium fidei), something not easy to prove: it might be robbery, personal grudge, or simply mental illness, etc. Therefore, we want to return to the original meaning of the word martyr in Greek, which means "witness." Under this aspect, what is important here is not to investigate the motive of the "offender" but to focus more on the frame of mind of the "victim."

Please allow me to share these three thoughts:

1/The vocation of being a witness is not a "charism" in itself. Still, it lies in the call of the sacrament of baptism (and confirmation): "You will be my witnesses… to the ends of the earth" (Acts 1:8), the witness of authentically Christian life before our words (Pope Paul VI, apostolic exhortation Evangelii nuntiandi, #41).

2/ However, we must also accept the "heroic" characteristics in some circumstances of testimony to the Gospel. Let us reflect on the task of proclaiming Jesus Christ in areas where Christianity is attacked, and religious freedom is limited. Let us think about the women religious who, instead of hiding in their comfort zones, chose to remain with patients infected with the Ebola virus in Africa. Let us reflect on those who care for COVID-19 patients while being infected themselves. Understanding the word martyr in this manner, to witness is indeed a great "charism" compelled by love.

3/ Finally, when we accept the task of witnessing to the Gospel in dangerous circumstances as an act of heroism, I am thinking about Father Thanh, and I want to add the following: the heroic character is portrayed through everyday actions. Thus, we are called to become witnesses to Christ, not a Christ who performs miracles or has a plan to transform politics, but Christ who lives among humanity like a friend. I do not dare to think of Christ crucified on the cross but the risen Christ who accompanied his two disciples on the way to Emmaus. He was not present in the bright light of Easter, but he walked with the two disciples and discussed with them. He listened to what they shared about their disheartened hopelessness upon seeing a righteous person treated unjustly. He continued to listen and exchange his thoughts with them.

Interestingly, when the evening drew near, Christ accepted their invitation to remain and continue the discussion. When "sharing the table" with him, their eyes opened at that moment. They regained their hope and returned to the community that suffered a bad reputation for choosing the wrong leader, division within its members, and betrayal of their master! These two disciples have restored hope in the community that was ready to witness to the Risen Lord with the grace of the Holy Spirit. The center of seeing is the death and resurrection of Christ, but the power to detect is through the spirit of the Risen Lord (Acts 1:8).

I cannot conclude this essay without referring to another exemplary person. I have been informed that Father Thanh had begun working on the Việt-Xê Đăng dictionary. A similar event occurred 100 years ago. Father Charles de Foucauld (former cavalry officer in the French Army, born on January 9, 1858), after his priestly ordination in 1901, chose to live as a hermit in the Beni Abbes desert to be amicable among the Tuareg people. He learned their language, translated the local folk stories, and composed a Tuareg-French dictionary. He was murdered on January 12, 1916 (at 58 years old), was declared Blessed on November 15, 2005, and will be canonized this coming May 15.

We pray that the death of Father Thanh also helps us to rediscover our hope and our vocation to be missionaries. Moreover, we hope that through this event, many people come to recognize a "different" Church, not a Church of power and many scandals, but a Church that is simple, friendly, and serves joyfully.

Fr. Joseph Phan Tấn Thành, OP, former Dean of the Faculty of Theology, Angelicun University of Rome and former Director of the Dominican Learning Center in Gò Vấp, Sài Gòn, Vietnam. He has written many books on Theology, Virtue, and Canon Law. He is currently a member of the Committee for Doctrine of the Faith of the Vietnam Bishops' Conference. To learn more about his work in Vietnamese, please check out this link, https://catechesis.net/

Father Trần Ngọc Thanh
Completed his mission

Reflection on Fr. Thanh's incident by Fr. Joseph Nguyễn Trọng Viễn, OP

To our Dominican Friars in Kontum,

The passing of Father Joseph Trần Ngọc Thanh was sudden and painful. Upon receiving this news, the brothers in Kontum and our brothers in the Province could only utter "Oh wow" and then become silent. Some of the faithful also shared their thoughts, such as, "How can we comprehend God's will in this?" They realize how difficult it is to form a priest; they show great respect for priests; how can this happen to a handsome, likable, and dedicated priest in the Tây Nguyên (the Central Highlands) areas? Indeed, this incident poses a challenging question.

Eventually, the Province hastily planned the funeral for Father Trần Ngọc Thanh before Tết (the Lunar New Year). Today marks the third day of Tết, but there are still echoes of Father Thanh. Everything will pass, and life will return to normal.

We often ponder and consider death as "other people's business." Rarely do we think about our death when hearing news "of other people's deaths," especially if we are regarding other people's deaths as part of life and not a cross-examining of our own lives.

What happened to Father Thanh concerns matters of life and death. Still, more than this, the incident manifests the "meaning of life" of Christians, of consecrated people, especially of the priesthood life who proclaims the Gospel to the people in Kontum.

Fr. Trần Ngọc Thanh's death was extremely unusual, unexpected, and sudden. Is it because of this suddenness that our Dominican Friars believe that his death, though painful, does not bring about any meaning for life and is not relevant to the mission of proclaiming the Good News? Is it true that people think of his death as a unique case? Father Thanh's brutal murder must contain a profound meaning of God's plan, which must also be discovered.

People die at all times. Many young people die in uncounted horrific and unjust circumstances in our world today. These deaths (each death) have meaning in life. What happened to Father Trần Ngọc Thanh contains significant implications for his family, our Dominican Province, and especially our Dominican Friars dedicating their lives entirely to the proclamation of the Gospel.

Indeed, we see the true aspect of life in this painful and agonizing incident. Life can only be complete if it has meaning. More than ever, Fr. Thanh's incident has helped us recognize life's true nature. Such an event must be lifted high for the world to see, especially for the people of Vietnam today, who tend to understand the true nature of life erroneously and equate life with promotions, success, advancement, and ranks in society. The death of Father Joseph Trần Ngọc Thanh is an accurate completion of life, a fulfillment of his God-given mission to proclaim the Gospel of Jesus Christ wherever he was.

While ministering in the Central Highlands of Vietnam, Father Thanh joyfully performed shepherding tasks of love and care for the people. Additionally, he used his academic and creative talents to complete the translation of the documents on the Liturgy and Mass into the unique dialect of the people. Translating five Books of the Lectionary and the Sacramentary with 2,800 pages helped the people to feel welcome and to pray together. This is an admirable accomplishment, but such achievement can only be perfected in the sacrifice of Father Thanh's life united with the SACRIFICE of Jesus through the Mass and the Sacrament of Reconciliation he was celebrating when he was attacked; this is truly the complete mission in proclaiming the Gospel.

We need to affirm that the death of Father Joseph Trần Ngọc Thanh is a completed life and not an unfinished life; and this completion, united with the COMPLETED life of Jesus, opens a new life through the LIFE OF RESURRECTION of Jesus not only for our Dominican Province in Vietnam in general, and in particular the mission land in Kontum but also for the Universal Church. In this unique and pure life, there are no traces of death or the "shadows of death".

The completion of Fr. Thanh's earthly life and death can and should "break down the dividing wall of enmity" (Ephesians 2:14) and not build up combat or create occasions for hatred and attacks. The completion of Fr. Trần Ngọc Thanh's earthly life and death is to oppose violence and not to instill more hatred, but rather to promote peace as sung in the "Prayer for Peace" written in blood:

> Lord, make me an instrument of your peace:
> where there is hatred, let me sow love;
> where there is injury, pardon;
> where there is doubt, faith;
> where there is despair, hope;
> where there is darkness, light;
> where there is sadness, joy.
> O divine Master, grant that I may not so much seek
> to be consoled as to console,
> to be understood as to understand,
> to be loved as to love.
> For it is in giving that we receive,
> it is in pardoning that we are pardoned,
> and it is in dying that we are born to eternal life.
> Holy Spirit, open my heart; grant peace to people of goodwill.

"The salvation plan" of Jesus is "ancient": yet always "new," a beauty that is "antique" yet "current," a simple lesson for Christians but also profound.

> The "salvation plan" is nothing more than this:
>
> > "To lose in order to win."
> > "To die in order to live."

> To our Dominican Friars ministering in Kontum.

A fervent priest of God;
A brother priest among the clergy of Kontum;
A beloved brother of the Dominican Order;
A benefactor of many ethnic communities;
A zealous missionary of the Church in Vietnam;
A role model of sacrifice for the clergy;
A terrible loss for catholics in Vietnam;
A respected person for people of Good Will.

Remembering
A Missionary Who Just Shed His Blood

Fr. J. B. Nguyễn Minh Hùng
Phú Cường Diocese

Father Joseph Trần Ngọc Thanh, OP, returned to God on January 29, 2022 after shedding his blood at the very place where he labored days and nights evangelizing, caring, and dedicating his religious life.

Just as Christ lived for the world, died for the world, and died in the world, Father Joseph Thanh also lived for the missions which he chose for God's glory, and he also died there in that very place. Father Thanh's death shocked many people and made them shaken. His death also dulled some of the joy of the Tết Celebration (The Lunar New Year). His death made many people unable to keep silent; they needed to speak up.

Above all, according to the words I have read from so many people who love Father Thanh, he left many unfinished projects in the missions, proving his zeal and tireless labor for the glory of God to everyone. He loved the Church, his beloved country, Vietnam, and especially the ethnic people in humble places whom he took the responsibility to serve.

Although his works are still unfinished, no one is worried because everyone understands that no true and authentic soldier of Christ is feeble, faltering, and afraid before the storms of life and of the world.

If JOSEPH TRẦN NGỌC THANH falls, there will be others who will stand up to fill his vacancy.

We call this "filling in," but definitely much stronger, bolder, more invincible, and more steadfast. The soldiers of Christ will never be afraid, but due to the unjust death of their brother, they will allow their hearts to become more determined, more mature, journeying on the way of the cross which their Master, Christ, has traveled.

The image of the cross of Christ and the blood of the brother they have witnessed will make their ideal of consecrated life more compelling, more burning. Strictly speaking, his death did not hinder us but became a voice that urges us to journey on, and an inspiration for countless soldiers with the same ideals who still remain in the world. It is a fierce sending word that helps them to walk firmly overcoming difficulties in the spirit of standing up/ rising up day by day.

Thanks, Father Joseph Trần Ngọc Thanh. Forever you are a shining example for us, Christians in general and our presbyterate in particular.

If we are weak, but still moved by your glorious death, then surely the love of the Holy and Almighty One, Father of us all, will warmly embrace and support us!

We believe that God is bringing you to his side like he led the same group of people who shed their blood for Him, whose blood permeated history and the vast land of this country (Vietnam).

Farewell, dear Father Thanh. May you rest peacefully in the heart of the Living God. Please continue to pray for our country, for each Vietnamese person, for the Church in Vietnam with many challenges to overcome, and for all of us.

May I once again engrave the name of my brother, a fervent missionary who passed away a month ago:

FATHER JOSEPH TRẦN NGỌC THANH!

Fr. J.B. Nguyễn Minh Hùng is the Pastor of Thánh Tuân parish in Tây Ninh, Phú Cường Diocese. He loved the Ethnic people very much, so when he heard that Father Thanh was murdered, he deeply meditated upon it and taught many touching and profound lessons. Please see more on his YouTube Channel at https://www.youtube.com/c/ GiáoXứThánhTuân-PhúCường.

Both Crying and Rejoicing

A Letter to You, My Dominican Brother

Br. Thomas Trần Hiệu, OP

During the three primary celebration days of Tết (the Lunar New Year), everyone wishes each other good health, happiness, and prosperity. During Tết, people avoid speaking about the sadness of the past year, but dear Father Joseph Trần Ngọc Thanh, OP, your painful death, which occurred during this Tết period is still in the minds of many, including myself, your Dominican brother.

Three days of Tết have passed, but the event of your death and your image still appear in my mind. You were a few classes ahead of me; you were already doing pastoral work when I entered the novitiate. I did not have an opportunity to meet you for a casual conversation or to live with you, except for my first and last time: that was in March of 2021 at Đăk Mốt, Kontum. The brothers in the juniorate and I visited and stayed for a month where you were ministering; we mainly taught the border ethnic boys in your care. Six years prior, I had also helped at this place, and I noticed how the Dominican friars had transformed the site: The boarding house now has a roof; The ground is now paved with bricks; A beautiful new chapel built of wood now stands in the same vicinity. Six years ago, the chapel was attached to the living area. Each time a priest celebrated Mass, the altar servers needed to watch at the entrance to the house lest some local authorities pay an unwelcome visit. Now, the Dominican community (in Đăk Mốt) has a new chapel separated from the living quarters, and things are improving. If your death had not occurred, the story you told us, the Dominican aspirants, about the St. Joseph's statue might have been forgotten. At that time I was wondering, and I inquired of you, why we have a tall statue of Saint Joseph placed at the side of the chapel. You told me that this statue belonged to another village (Đăk Xú, north of Đăk Mốt) but was "craned away" (by force), but you were able to negotiate so that the statue was returned to the Dominicans at Đăk Mốt, and it is sitting outside of Đăk Mốt Chapel. This tells me that you have faced "challenges" in your ministries. Indeed, you encountered many "confrontations" where you served.

You were handsome like a scholar. The friars in our Dominican community often referred to you as, "Father Thanh, scholarly and handsome," to distinguish you from another friar with the same name (Thanh). Indeed, I was surprised to see your scholarly physique at Đăk Mốt mission. This place, where you ministered mainly to the ethnic people, is still filled with difficulties. I was even more surprised when I learned you were from an affluent family in Sài Gòn, and therefore unfamiliar with the villages' rough, winding roads in the mountains and hills. Yet you had been in Tây Nguyên (the Central Highlands) for more than three years since you were ordained a priest.

Your death was so swift. It was like quickly taking down a tent/dwelling. You passed away on the last few days of the Lunar Year when people were preparing to welcome the new Lunar Year. Your death and funeral were carried out hurriedly as if you were busy preparing the tent/dwelling of your earthly life to return to heaven to celebrate the Eternal New Year. I now understand the profound meaning of Saint Paul's Letter to the Corinthians: "For we know that if our earthly dwelling, a tent, should be destroyed, we have a building from God, a dwelling not made with hands, eternal in heaven" (2 Corinthians 5:1).

Your painful death caused immense grief for many people, including non-Catholics. None of the newspapers in Vietnam published news about you/ about the terrifying murder of a priest fatally slashed to death, but through the modern media, word spread quickly; soon everyone who knew became distressed. The way you died shocked everyone. Many global news media reported your death, including World Catholic News, Fides and Aleteia. Looking at your young and scholarly face, they sympathized with your sufferings: "How can one murder a priest? Why did he die so young? Why did a Catholic native Vietnamese (not ethnic) kill a priest while he ministered to the ethnic people?"

I have been informed that the Xê Đăng people where you were serving and where you died love you immensely. This place is about 20 kilometers from the Đăk Mốt boarding house. I remember the poverty of the Xê Đăng people compared to the Vietnamese natives. There were no tables or chairs in their homes. Last year (March 2021) a student at the boarding house invited me to visit his home in the village where I had only an old-torn mat spread on the cracked floor for me to sit. I remember their plain and simple faith. What I remember most when I left this area was the image of a young Xê Đăng woman carrying her child in front of her chest; I saw her kneeling on the clay ground soaked with rain water after receiving Holy Communion. How beautiful the way they displayed their faith.

From a human point of view, your death is endless grief, especially for your family. However, when a friar talked to me about you, he said what happened to you was both sad and joyful. Everyone understands the grief, but only those with faith can comprehend why it is joyful. Our Dominican Province is happy; there is a witness who shed his blood in Tây Nguyên, the mission land. The words of Tertullian once again echo in the mind of those who ponder your death: "The blood of the martyrs is the seed that gives birth to Christians." I dare not say that your death was a martyr's death in the strict sense. That belongs to the judgment of the Church, who is our Mother. However, the way you died can always be said to be a martyrdom in a broad sense, that is, you died as a faithful Catholic and a religious priest; moreover, your death took place while you were carrying out the highest mission of a priest, in persona Christi; you represented Christ to forgive the sins of the people through the celebration of the Sacrament of Reconciliation. Your bloodshed right in the Confessional is the most powerful witness to Christ's love for sinners, including the person who killed you. I imagine the way you raised your hand to forgive penitents, and the last person you forgave was the one who brutally killed you. The Dominican theologian Herbert McCabe once said, "If you love, you can be hurt or killed, but if you don't love, you're dead." You loved and loved to death in the confessional, the "court of mercy," where the blood of Christ was shed and pardoned the sins of penitents.

Many people mourn your passing, but in the eyes of faith, I believe you received the gift of martyrdom bestowed only on a few. A Dominican American Brother, who used to come to Vietnam to teach English while I was in the Dominican Juniorate, said proudly when referring to you: "We met a saint".

As noted, you are the first in the world murdered for the Catholic faith in 2022 (and you were murdered in the Confessional). Many people mourned and prayed for you. Our Church is soaked in the blood of the witnesses of the faith. It is hoped that your blood spilled in the land of Sa Loong will one day multiply many seeds for the Catholic faith. Please intercede with God for the missions of our Dominican friars in Tây Nguyên, which is still facing many difficulties and challenges. Please also remember to strengthen our friar who almost lost his life while with you at your death incident. That brother also needs prayers and support after experiencing such a terrible event.

 Br. Thomas Trần Hiệu, OP, is a theology scholar at the Dominican Institute, 90 Nguyễn Thái Sơn, Gò Vấp, Sài Gòn.
https://catechesis.net/

6 Looking toward
the Mission Lands
of
the Central Highlands

The Missionary Spirit Enhances
the Beauty of
the Central Highlands

Rosa Lima Dominican Sisters of
Community in Kontum

It has been almost half a month since we received the terrible news about the murder of a young Dominican Shepherd/ a child of God while performing his ministry in the missions. The feelings of sadness, surprise, and anguish could not calm down because of the love for the venerable shepherd who was always devoted to caring for the flock still bearing many wild traces of the mountains and forests. Accordingly, many worries about this life and the anxiety about the commitment to this new mission land are also partly raised.

Not many people want to talk about tragic or mournful stories while celebrating the Lunar New Year days with their families; they want to extend blessings to each other. However, at the moment when the world was thrilled to welcome the new year, Father Joseph Thanh's story circulated via the media and quickly became a highly discussed topic.

When collecting the opinions and "commentaries" about the death of Fr. Thanh, the key conclusions temporarily summed up were these: 1) Sa Loong area is turbulent; 2) Father Joseph is to be pitied; 3) the murderer was without a conscience, etc. Because of rumors such as these, there has been anxiety and concern for the future journey of missionaries similar to Father Thanh – about dedicated missionaries continuing to minister in remote areas.

Hearing those types of comments, listeners, friends and families may not understand why religious men and women continue to go to places where religion is still suspected.

Sa Loong was so peaceful beyond our imagination but is suddenly turbulent; a land that was supposed to be good is now unexpectedly bad. The people here are inherently simple and down-to-earth, yet these beautiful characteristics now seem to fade when the murderer's face appears. Piling up a series of rambling negative commentaries seems to enrich the sudden dramatized turning point in Father Thanh's life as well as to open the opportunity to judge and condemn someone and to challenge the necessary presence of the followers of Christ in such dangerous areas.

That was yesterday's story; what about today, tomorrow, and the coming days? On the missionary journey, we are not certain that similar bad things will not occur. No one will stop and retreat because of the hardships of the situation, but we dare to affirm that there will always be generous individuals ready to commit themselves to the rural areas. The motivation for that pilgrimage is certainly the echo of Jesus' words: "Those who are well do not need a physician, but the sick do. I did not come to call the righteous but sinners" (Mark 2:17). Let us pay attention to this teaching so that when we resume the typical lifestyle in pastoral ministry, we will have less trouble comparing and pondering about the conveniences or inconveniences of everyday life. Instead, we will continue to seek to adapt more quickly to the situation and continue to discover many unique beauties in life and people.

Indeed, we cannot see in the lowlands the spectacular "baby back carrier" as in the highlands! The agricultural tractor seems to be just a means of transporting agricultural goods. Still, in these highlands, it is used to transport people, such as the ethnic minority students staying in boarding schools. Looking at that rather special scene, what remains in us is definitely from surprise to other surprises. There, the joyful eyes of the children returning to the village after school make the picture of life more vivid and beautiful. And then, there is another scene also in the highlands, making it impossible for us to rush through to keep up with the pace of life. It is a picture of an ethnic girl/child holding bags of sugar, monosodium glutamate (MSG) and bottles of fish sauce and cooking oil. If you and I have nieces, nephews, or grandchildren around the age of the ethnic girl, the children we know would not be holding tightly to cooking seasonings but to cute stuffed animals. There was a time when we had to nod and say: let us accommodate the local customs, and this is also a unique beauty in the highlands! About this point, let us find a reasonable answer for ourselves.

Returning to the last phase of a shepherd's life, we see that Father Thanh's death is indeed meaningful from a faith perspective. As for the person who murdered him, he was like a

worm that ruined the soup, for it was the same worm that took the life of a true missionary and caused a bad reputation in Tây Nguyên (the Central Highlands). However, may we never allow that worm to destroy and gnaw the richness, diversity, and many innovative things here. Judgment is not ours.

Perhaps, people will forever refer to the death of Father Joseph Thanh as an eloquent proof of the harshness of the Central Highlands. However, this land still needs zealous missionaries to carry out what God has commanded and introduce the holy portrait of the God of love to everyone even if some people will not be able to stop clicking their tongues and shaking their heads to show their uneasiness every time they mention (with a lack of knowledge) this mission land and its difficulties.

May we trust the upward journey in the mission lands to God's Providence. May no one retain the thought of gradually (or abruptly) losing the beauty derived from this missionary's chosen life but, instead, join hands with well-intentioned individuals who are trying to build a better world.

"
The Dominican Sisters of Rosa Lima have been present in the Diocese of Kontum for more than 15 years serving and evangelizing among the Ethnic people. The Congregation has had six communities scattered in many places to help the ethnic communities, especially by establishing girls' boarding houses.
http://daminhrosalima.net/

SA LOONG,
The Promised Land

Fr. Tadeo Hồ Vĩnh Thịnh, OP

Ten days after the Sa Loong incident, many people still urged me to write something. Indeed, this isn't easy! Everything happened so quickly, without time to think, look back, and recollect. Now, when talking about Sa Loong, it is easy to imagine the terrible events as having just occurred in an evil land. However, some people wish to visit Sa Loong at least once. Before everything becomes clearer (hopefully), I would like to share a few things about the land of Sa Loong, where I have had a direct bond for a while.

1. Sa Loong, the borderland

The Sa Loong mission is located in Sa Loong commune about 80 km northwest of Kontum City, which has a forest border with Cambodia. Sa Loong commune comprises six villages with about 6,000 inhabitants, of which more than 2,000 are parishioners (about 200 are Kinh-Vietnamese native people). The two villages of Giang Lổ 1 and 2 are two villages of the Xê Đăng ethnic groups who have practiced the Catholic faith since the 1940's. Up to now, the village of Giang Lổ 1 is almost all Catholics, where our Dominican friars have a community, residence of Fr. Thanh and the friars. At this Giang Lổ 1 village, Fr. Thanh and the Friars had a plan to build the Church; the Church's building plan was submitted to the local authority, and Fr. Thanh and the friars were waiting for the permission to build the Church. Giang Lổ 2 village (where Father Thanh was murdered) has also embraced the Catholic faith for a long time. Still, due to the absence of a priest to care for their pastoral needs, about half of the village follows the Ha Mòn cult (like a cultic group) of Tây Nguyên (the Central Highlands).

Two more villages are Ka Dong, composed mostly of ethnic people who have not yet converted to Catholicism; only a few families are Catholics because they married Catholics. The two remaining villages of six at Sa Loong are mainly Mường and Thái people from North Vietnam who have just migrated to the new economic zone.

Besides the six villages at Sa Loong, there are many other ethnic groups, but the number is insignificant. The above brief descriptions are sufficient to imagine that Sa Loong is a land rich in many aspects and a mission land!

2. Sa Loong, the land of love

From my perspective, (that of one who has lived long enough in different places where the Dominicans are present in Kontum), Sa Loong, is the land with the most affectionate people.

This may be partly due to its being a borderland and quite far from civilized urban areas (with their many corruptions). I think, however, it is mostly because the inhabitants have practiced their Catholic faith for a long time with no priest to serve them. Before the presence of the Dominicans, Sa Loong people had to commute nearly 20 km to Đăk Mốt Church for Sunday Mass, not to mention the arduous roads, as well as rain and wind. In the

past, sometimes priests came to Sa Loong to celebrate Mass, and they had encountered many challenges from the local authorities. Since the Dominicans took charge of the Sa Loong mission, with the efforts of Father Hội, OP and good relationships with local authority, gradually Mass was celebrated more often – once a month at first and then once every week. The place/chapel usually used to celebrate the Masses is temporarily borrowed from residents' houses; this means the suitable place of worship in Sa Loong often had to change its locations. When Fr. Hội, OP, was commuting to minister at Sa Loong, he built a boarding house, but Catholic missionaries were not yet allowed to live there.

By the end of 2019, Father Hội returned to the Dominican Priory in Kontum City to serve as a Prior for the new Dominican priory in Kontum, and I moved from Rờ Kơi to Đăk Mốt to continue Father Hội's ministry. At first, like Father Hội, I drove back and forth for nearly 20 km every time I celebrated Mass at Sa Loong. Around March 2020, however, I became the first Dominican priest to live at the boarding house where Father Hội had built-

in Giang Lố 1, Sa Loong. There were a lot of limitations at first, but gradually everything turned out fine. After nearly two years of living among both the ethnic and Kinh (native Vietnamese) people, what I could easily see in them was their affection. Was it because I was the first priest living among them? Probably not, for they love religious priests, even priests who cared for them in the past only for a short time. Perhaps that love comes from their love for God. Indeed, although their knowledge is limited, their piety is not inferior to other faithful in other places. If they went into the forest and found something deliciously edible, they would bring it to me. At the due season, they would bring me rice, avocados, corn, bamboo shoots, etc. as simple gifts from the sincere hearts of the ethnic people of Sa Loong. Every time we needed to do something together for the community all we did was send out a notice, and instantly both the old and the young people would gather in large numbers and work together diligently. Although their economic life is still difficult, the generosity of the people here is no less admirable than anywhere else. In this regard, I can borrow Saint Paul's words: "For in a severe test of affliction, the abundance of their joy and their profound poverty overflowed in a wealth of generosity on their part" (2 Corinthians 8:2).

3. Sa Loong, the rugged land

Although rich in love, Sa Loong is also a pitifully rough land. As mentioned, the original Xê Đăng people here converted to Catholicism in the 1940's, but because they live far from a church or a parish, their faith life has had to endure many challenges and disadvantages. In the past, with rugged roads and no means of transportation, it is easy to imagine the difficulties they had to go through while keeping their faith. Nowadays, roads are more suitable, but traveling between Sa Loong and Đăk Mốt (the location with a parish Church) takes 20 minutes on difficult unconventional roads by foot or bicycles.

The Kinh people (Vietnamese natives) mainly come from Thanh Hóa and Ninh Bình in North Vietnam to purchase lands in Sa Loong for farming; they are devout Catholics, but because of economic difficulties, they also suffer a lot. At first, they lived on farms. They had to walk to the village if they wanted to attend Mass. Many people had to borrow other people's motorbikes to go to the parish for Mass. Although it was difficult, they still kept their faith. In recent years, when the economic life has improved, the native Vietnamese (Kinh people) have made great contributions to building the mission church and are active collaborators with the priests (Sa Loong or most remote areas in Kontum regions are the lands of the ethnic people).

Before the Dominican Friars and sisters in Sa Loong, there were the sisters of the Congregations of the Miraculous Medal and Our Lady of the Immaculate Conception (Phú Xuân-Huế-Central Vietnam) who wanted to help the mission at Sa Loong, but being a border area with other challenges, their presence was not regular (The sisters of these two Congregations serve at Đăk Mốt Parish, 20 Km from Sa Loong). There were times when ministers were sent from Sa Loong to Đăk Mốt to study catechesis, liturgy, Bible, music, etc.

Everything seemed to be going well for the new frontier Mission at Sa Loong when priests were living among them. Additionally, the local Government was agreeing to the Province's plan of acquiring religious land to build an official Church in Sa Loong separated from the Đăk Mốt parish. Fr. Thanh, the Dominican Friars, and the Sa Loong Mission's lay leadership were in the transition phase of transferring farmland to religious land and building a Church at Sa Loong. Then an unexpected and painful incident occurred. It was an event that no one could have predicted; in fact, if it had not actually happened, no one would have believed it. But unfortunately, it was true. Outsiders were shocked; insiders were shocked and shaken to the core. My heart aches, looking at the panicked eyes of the people.

4. Sa Loong, the promised land

With what has happened to Father Thanh, many people (including many Sa Loong people) are wondering: What will happen to Sa Loong in the future?

The loss of Father Thanh's loving and enthusiastic presence is great and leaves an emptiness hard to fill; remembering his unexpected, brutal murder, intensifies the pain of loss. It has caused a severe and big scar that does not heal easily. The wound is still there in the minds of the witnesses, and the drops of blood are still silent on the ground at Sa Loong. Jesus' words still echo: "Amen, amen, I say to you, unless a grain of wheat falls to the ground and dies, it remains just a grain of wheat; but if it dies, it produces much fruit" (John 12:24).

Father Thanh, like a seed, was planted in the ground of Sa Loong so that Sa Loong could become a "promised land." Putting aside motives or grudges (if any), we believe Father Thanh's blood drops will not be in vain. Those drops of blood will certainly bring hope to Sa Loong, a hope based on the sweat and tears of many people who have gone before, especially Father Joseph Thanh's blood.

The Dominican Province in Vietnam has an immense duty to make "the promised land of Sa Loong" bear substantial fruits. These responsibilities are not only for the friars present and serving in Kontum, but it is the general responsibility of the Dominican Province in Vietnam and, in general, the Dominican Order.

Let us pray for each other, for the common mission of the Province, for the mission in Kontum, and especially for Sa Loong, "the promised land of the Province!"

February 9, 2022, ten days after Fr. Thanh's incident

Fr. Tadeo Hồ Vĩnh Thịnh, OP, was born in Gia Lai province (the Central Highlands), has served at many Dominican Communities in Kontum Diocese, including Sa Loong Mission for nearly two years. Currently, he is the Pastor at Kon Rơbang Parish in Kontum. Email thinhpleiku@gmail.com

MAP OF KONTUM PROVINCE
Kontum Diocese

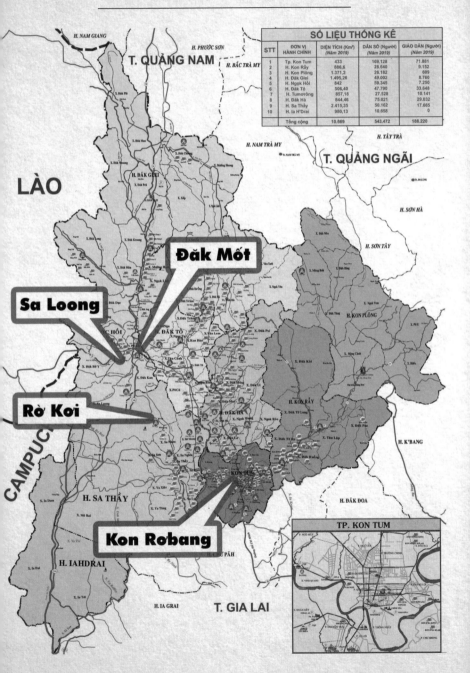

SỐ LIỆU THỐNG KÊ

STT	ĐƠN VỊ HÀNH CHÍNH	DIỆN TÍCH (Km²) (Năm 2019)	DÂN SỐ (Người) (Năm 2019)	GIÁO DÂN (Người) (Năm 2019)
1	Tp. Kon Tum	433	169.128	71.881
2	H. Kon Rẫy	886,6	28.640	9.152
3	H. Kon Plông	1.371,2	26.182	609
4	H. Đăk Glei	1.495,26	49.002	8.760
5	H. Ngọk Hồi	842	59.345	7.250
6	H. Đăk Tô	506,40	47.790	33.648
7	H. Tumơrông	857,18	27.528	10.141
8	H. Đăk Hà	844,46	75.021	29.032
9	H. Sa Thầy	2.415,35	50.162	17.685
10	H. Ia H'Drai	980,13	10.658	0
	Tổng cộng	10.669	543.472	188.220

LÀO

T. QUẢNG NAM

T. QUẢNG NGÃI

CAMPUC...

Đăk Mốt

Sa Loong

Rờ Kơi

Kon Robang

H. SA THẦY

H. IAHDRAI

T. GIA LAI

TP. KON TUM

Brief Introduction of

Locations and Missionary Activities
of the Dominican Friars for the Ethnic People in
the Diocese of Kontum

I. THE DISCOVERY PHASE

With the vision of expanding the frontiers of missions to the ethnic people in accord with the charism of our Province, the Vietnamese Dominican Friars paved the way first to the Diocese of Ban Mê Thuột in 2000. They continued to the Diocese of Kontum in 2005, where many ethnic minorities live.

Joseph Nguyễn Hữu Phú, OP

The first three Dominican missionaries to set foot on the land of Kontum and reside in the Diocese of Kontum to study the

Bahnar language were Brother Luke Nguyễn Văn Mạnh, OP, Brother Peter Huỳnh Thúc Quán Cẩu, OP, and Brother Joseph Nguyễn Hữu Phú, OP. After a period of studying the ethnic language, Brother Nguyễn Hữu Phú, OP, was sent by the Bishop of Kontum Diocese to quietly be present or live in a "white area" where it was not allowed to practice religions in the Kông Chro District of Gia Lai Province. This memorable photo remains of the "farmer" Joseph Phú, OP, who quietly became present at the first mission of the Dominican friars in Kon Choro District of Kontum Diocese.

II. THE DEVELOPMENT PHASE

From the initial quiet and persistent presence, the mission of the Dominican friars in Kontum flourished and developed. In 2011, the Bishop of the Diocese officially handed over Kon Rơbang parish to the Dominican Province, Order of Preachers, to take charge. The Dominican friars have devotedly and wholeheartedly lived and served the ethnic people by improving their lives spiritually, economically, socially, educationally, and medically in places that the Diocese entrusts to the Dominican Province.

Up to now, with a staff of 10 priests, two deacons, two brothers, and four brother interns, we are undertaking a large mission area of nearly 140 square kilometers, with about 22,000 inhabitants; among them are over 10,000 parishioners, including four ethnic groups: Bahnar, Xê Đăng, Hơ Lăng, and Jarai at the following locations:

1. Kon Rơbang parish in Vinh Quang Commune, Kontum City:

This is a large parish with more than 5,000 Bahnar faithful living in 4 villages. It is 3 km west of Kontum city center, and is currently led by Father Tadeo Hồ Vĩnh Thịnh, OP, the Pastor, with two Dominican assistant brothers. With a young and active community, the friars join hands in strengthening the parishioners' spiritual life, organizing various sodalities and catechetical classes for all ages. The friars are especially involved in educating young people to know how to direct their lives and not follow the material trends of the times. The friars also promote the talents of dancing, singing, and playing the gongs which are rooted in the culture and distinct ethnic traits of the villagers of Kon Rơbang. The friars encourage participation in diocesan's festivities as well as in the parish liturgical ceremonies.

2. <u>Đăk Xú Mission and Đăk Mốt Dominican Community</u> <u>House, Ngọc Hồi District</u>

In 2014, according to the missionary needs of the diocese, the Bishop of Kontum Diocese appointed two Dominican Priests to serve as pastoral assistants to Đăk Mốt parish, which is 60 kilometers north of Kontum City; they help the Pastor to care for the two missions: Sa Loong and Đăk Xú (sub-parishes of Đăk Mốt parish). These are two ethnic Xê Đăng communities. They have been converted to Catholicism since 1936 by French missionaries; however, because these areas are border communities, religious activities are rare and challenging. The people are poor and limited in many ways. Nonetheless, the two priests have been happy to serve this ethnic community and have persistently "clung on." Currently, Father John Ngô Hoàng Phương, OP, is the superior of the Dominican Community in Đăk Mốt and is in charge of the pastoral needs of the Đăk Xú Mission with nearly 2,000 Xê Đăng ethnic parishioners.

3. Sa Loong Mission, South of Đăk Mốt and its Sub-parish in Ngọc Hồi District

This is a Mission, sub-parish of Đăk Mốt Catholic Church, entrusted to the Dominican friars since 2016; it includes the two villages of Giang Lố 1 and Giang Lố 2, with more than 2,000

parishioners of the Xê Đăng ethnic group. It was here that Father Joseph Trần Ngọc Thanh was murdered while celebrating the Sacrament of Reconciliation at Giang Lố 2 village on January 29, 2022. Currently, Father Anthony Phạm Minh Châu, OP, is taking the place of Fr. Thanh to be in charge with the assistance of Father Paul Nguyễn Văn Lệnh, OP, and three Dominican brothers. This Mission is about to be elevated to a parish waiting for the local authorities permission to build a Parish Church.

4. <u>Rờ Kơi Parish of Rờ Kơi Commune, Sa Thầy District, Kontum Province</u>

This parish is located in the large mission area of Sa Thầy District, along the Vietnam-Cambodian border. It includes many Hơ Lăng ethnic villages with more than 2,000 ethnic people entrusted to the Dominican Province in 2016. Currently, Father Luke Nguyễn Văn Mạnh, OP, is in charge of this parish with Deacon Joseph Nguyễn Văn Bình, OP. In addition, the Dominican Sisters of Tam Hiệp also collaborate with the Dominican friars to carry out the pastoral and missionary tasks. These friars and sisters together manifest their consecrated life by attending Masses and liturgies in common and devoting themselves to caring for the faithful poor as well as non-Christians; they provide the following services: Clean water for the people to drink, breakfasts for students before attending school, medicine for patients, job opportunities for the unemployed.

5. <u>Mô Rai Mission, Mô Rai Commune, Sa Thầy District</u>

Mô Rai is the last commune of Sa Thầy District, located along the Cambodian border 30 km from Rờ Kơi parish and home to about 6,000 Jarai and Rờ Mâm ethnic people. Because it is a border area, religious activities are extremely challenging for the approximately 100 faithful, including ethnic and Native-Vietnamese people. The Diocese of Kontum has assigned the Dominican friars to take over this Mission since 2014. During their quiet ministry, the Dominican friars have made acquaintances with many families and converted some to the Lord. We have already purchased the land for a future chapel and have appointed friars and staff to study the Jarai language so that when conditions permit, we will build a church here like in Sa Loong mission, but we still need more time and God's grace. We ask our readers to add a prayer for this mission.

6. <u>Luis Bertrand Priory and Plei Dǒn Mission, Kontum City</u>

After many years of presence in the Diocese of Kontum and being assigned to serve in missionary ministry at the above locations, the Dominican friars envisioned the need for a main house in which to gather and conduct their missionary activities together. In 2017, the Dominican Province of Vietnam gave permission and helped us build a priory in Kontum City that can accommodate six resident friars and welcome other members for community activities. Built right in the city of Kontum, we have many opportunities to participate in numerous activities to help the Diocese, such as: celebrating Masses, teaching formation to the religious communities, taking care of the spiritual needs of patients at Kontum Province Hospital, attending to the pastoral needs of the Catholic students, and celebrating Masses and teaching catechesis at various mission locations.

III. ACTIVITIES CURRENTLY CARRIED OUT BY THE DOMINICAN FRIARS IN Kontum

A. The reality of the life of ethnic minorities in Kontum Diocese

Although many villages and regions have had contact with the civilized way of life of the Native Vietnamese (Kinh) people and have made much more progress than before, there are many people still living in poverty, unemployment, disease, dilapidated houses, with lack of learning conditions or motivation to study. The reason is that in the past, they followed the traditions of their ancestors, living in the mountains and forests, and they only knew how to hunt, gather or cultivate plants like cassavas and corn, and raise livestock like buffalos, cows, pigs, and chickens. In general, they only knew how to live in an agricultural state, but they did not know how to do other jobs, such as services and trades or to work as employees for companies. With their innate nature, they live very simply and honestly, and are gifted in music and dance, but they are very slow in planning, and they lack the ability to understand and reflect on abstract things. Therefore, except for a very few successful people, they generally do not like to study or venture to work far away from the village. If they dare to go, companies do not accept them because of their lack of educational qualifications.

The current life in Tây Nguyên is becoming increasingly difficult. They are no longer allowed to gather and hunt in the mountains and forests; the rivers and streams are polluted, and the land is increasingly barren and narrow. The land does not yield enough food, so they work very hard, but still do not have enough to eat.

B. The daily activities we are performing in the Diocese of Kontum

As religious friars living amid the above-mentioned ethnic minorities, we try our best to do what we can to help them and their children both spiritually and materially now and for the future to advance and develop without losing their ethnic identity.

1. Building FREE boarding houses to provide for ethnic students:

At the four locations where we minister at Kon Rơbang parish, Rờ Kơi parish, Sa Loong mission, and Đăk Mốt mission, we have built boarding houses next to our religious places to help nurture and educate free of charge diligent students from the remote villages.

a. Kon Rơbang parish boarding house was established in 2011 and currently provides for 45 ethnic students from grades 4 to 12.

b. Rờ Kơi parish boarding house currently has 17 students.

c. Đắk Mốt Mission boarding house in Plei Kần Town has 17 students.

This location is near the city where there is a high school. This boarding house welcomes students from remote villages who have finished middle school and want to continue their high school education.

d. The boarding house at Sa Loong Mission, although newly established, has 14 students.

Every day, the students attend public school. When they are at the boarding houses, we arrange a time for them to develop the habit of diligent studying and doing homework from an early

age. We also hire tutors to help them with their homework to gain more knowledge to keep up with the Native-Vietnamese students at their schools.

2. Establishing a "Student Club" to encourage students to study diligently

In addition to providing for students who live far away to live and study at our parishes' boarding houses, we have also contacted the public schools to organize a "Student Club" to encourage students in the parishes to attend school and study hard. Students who join the club must follow the rules and consequently have the privilege of receiving breakfast every morning before they attend school. Having eaten, the children arrive at class enthusiastic and have the energy to study. In addition, students who excel in their studies will be awarded scholarships each semester.

3. Installing clean water filtration systems for ethnic minorities

In the past, the ethnic people did not know how to dig wells to obtain water. The villages did not, of course, have tap water like in the cities, so when their forefathers would set up a new village, they often would go to places where there is "drop water", where water flows from the earth all year round. The village gathered to bathe, wash, and bring water home daily to drink and use for cooking. Today, the land is contaminated with chemicals, pesticides and garbage due to a large number of people. This polluted water is worse than ever. In many places, people become infected by using this water. When we came to live with the villagers, we drilled wells and built filtration systems of pure water for the whole village to draw and use for free. The costs of digging a deep well to secure plenty of water and setting up a purified water system require a lot of money; nonetheless we must try to find ways to help the villagers ensure their health when accessing water.

4. <u>Help young newly married families with children to have a decent home instead of living in a "hut" or "shack."</u>

"A hut of A Nét and Y Oanh before and after their newly built house."

Ethnic families often have four to five children; there are also families with eight to ten children. Hence, when the older children are married, they have to live separately. Because parents on both sides are poor and cannot help, they have to live in hut-like dwellings covered with old corrugated iron sheets, tattered canvas, or rotten boards. They and their children must endure the scorching heat of the dry season and the muggy and cold temperatures of the rainy and winter seasons; therefore, their children have suffered from many distressing diseases. Over the years, we have asked benefactors for funds to help build about 50 new houses. Today's average construction cost per house is approximately 70,000,000 VND, or approximately USD 3,000.

5. <u>Serving poor ethnic patients who receive treatments at Kontum Hospital.</u>

Because our Dominican Priory is near Kontum Province General Hospital, the Bishop of the Diocese has entrusted us to take care of the spiritual health of the patients who have been coming for treatments at the hospital for many years. In addition to celebrating the sacraments with them, we also provide them with free breakfast as well as purchase medicine for the uninsured, and help with transportation for the critically ill patients who need to be hospitalized.

Recently, in accord with the wishes of the diocese, our benefactors and we built a 200m^2 "Patients Accommodation House" that can simultaneously accommodate 15 to 20 ethnic people from the remote areas who come to the Province General Hospital for treatments and have to wait for follow-up examinations. In this way, patients do not have to pay for the cost of renting a room or return to their village while they wait for the next step in their treatment.

IV. IN SUMMARY

Looking back at our Dominican Province's journey with the missions in Kontum Diocese for the past 16 years, we ask you to please join us in giving thanks to God and Our Lady of the Rosary for making us instruments of the Good News that resounds far to the mountains and forests of Tây Nguyên, including many villages and many ethnic groups who have never before seen the shadow of the Dominican white habit. Still, they can see the light of truth shining brighter each day.

From the beginning phase, as pastoral interns and deacons to Kontum babbling to learn the Bahnar ethnic language, up to now, we have had many friars officially appointed to take care of the six parishes at each location. The ministering friars use the local language where they reside to celebrate the sacraments and communicate daily with the villagers. From the very first mission, where a makeshift corrugated iron house 4m x 6m wide was built, the friars have constructed or renovated four community houses and four boarding houses. Of special note: we have built one Priory legally compliant with both government and Church rules to express the determination for long-term presence of the Dominican friars in this Tây Nguyên land.

Although the lives of the ethnic people are more advanced and better developed, these are only the beginning achievements of the Dominican Friars' footprints in the land of Tây Nguyên. The mission field of the Kontum Diocese is still a vast territory. There are still many villages in districts like Tumơrông Ngọc Hồi, Đăk Glei in the North and Ia H'Drai in the South of Kontum Province, where the ethnic people have never heard of the Gospel of God but still live according to customs which their forefathers left behind, and which continue to perpetuate the life of poverty even in this civilized world. Many ethnic groups like Hre, Ka Dong, and Brâu in Kontum Diocese still have never heard the Word of God in their native languages. Please pray and support us, Dominican friars, spiritually and materially so that we can continue to expand our presence in the Tây Nguyên region, making the mission of the Word of the Order of Preachers resounding deeper and further each day.

Fr. Anthony M. Z. Phan Tự Cường, OP, is the Head Representative of the Apostolic Mission for the Diocese of Kontum.
Email tcuongop@gmail.com. Phone 09885424488.

The Conclusion

Continue the Mission with Father Joseph Thanh, OP

Fr. Anthony M. Z. Phan Tự Cường, OP

As a conclusion for this book, please allow me to borrow the idea from the article "Father Joseph Trần Ngọc Thanh has completed his mission" by Father Joseph Nguyễn Trọng Viễn, OP, written for the Dominican friars in Kontum.

The passing of Father Joseph Thanh, OP, happened very quickly when he was on a mission while he was celebrating the Sacrament of Reconciliation for penitents. Before being interrupted by an act of brutality that took his earthly life, he was doing what he usually did – sharing his missionary life and gifts with those he had been called to serve. Father Thanh's life and death contain meaningful depths in God's plan, which we should explore in the ongoing mission of proclaiming the Gospel.

Father Thanh's life and death are significant for those who have had direct relationships with him such as his family, relatives, and the Dominican friars who are engaging in the proclamation of the Gospel in the Central Highlands. Indeed, it also carries great meaning for the life of every Christian, as well as those in consecrated life, and clergy, especially in the tasks of proclaiming the Gospel in Vietnam.

Through the articles in this book, we can read the reflections of many authors: Bishops, Priests, and Religious Men and Women referring to Father Joseph Thanh, OP. Some people knew him; others had never met him, but when they heard about his murder, upon gazing at his gentle shepherd's face, especially when learning about his life of commitment to proclaiming the Gospel to the ethnic poor, everyone was filled with emotions of great admiration from different angles.

Everyone wishes that "Ngọc Thanh's grain of wheat" sown in the ground at Sa Loong will not be "solitary" but produce much fruit.

The life of Father Joseph Thanh is now completed as an offering, as a burnt offering to God, and now can become a lifeline filled with blessings for each of us.

The life of Father Joseph Thanh must be mounted high for the world to know, especially for the Vietnamese people in Vietnam and abroad, to inspire them to choose an ideal life for themselves.

The life of Father Joseph Thanh seems to provide strength and warm breath to those who are committed to serving the poor, especially the ethnic people, just as the Church urges us to do.

The life of Father Joseph Thanh is a fire that warms the hearts of clergy, Religious Women and Men, and laity who are doing missionary work everywhere so that they may become more confident and zealous in the decision to dedicate themselves.

In our modern-day world when people are busy with "finding a place to stay," when others are influenced by materialism, wanting to find comfort, indulging in selfish enjoyment, etc., the image of the missionary Joseph Thanh, and his dedicated service in the border areas, is a warning, a shining torch, an invitation to commitment, to obeying through the vow of obedience, and to the missionary ideal of the apostles in today's modern era.

Love Cannot Die, For Love Is God! (1 Jn 4:8). This incident in Kontum will also be like the blood of martyred missionaries of past generations, blood shed for love of God and making the faith of God's people stronger, more alive, and undissolvable! The blood of the fervent missionary, Father Joseph Thanh, was shed to serve as a solid foundation of faith for generations to come in Tây Nguyên and especially in Sa Loong.

In the time of the global Church, we are looking forward to the XVI World Synod with the theme of the

Synodal Church through Communion, Participation, and Mission. Is Father Thanh's death an example to remind and invite all of us to actively participate in the missionary tasks of the Church locally and globally?

We invite all people everywhere to cooperate with the Vietnamese Dominican friars and some volunteers in Sa Loong, Kontum and abroad to join hands and hearts to fulfill the wishes of Father Joseph Thanh to build the Church and Apostolic Center at Sa Loong Mission.

In addition, the Dominican Province of Vietnam wants to turn this land of Sa Loong into a place of pilgrimage to remember where their brother, Father Joseph Thanh, OP, shed his blood to build this local Church of a united People of God.

We ask our readers to cooperate with us to continue Father Thanh's missions with prayers and financial contributions to commit to fulfilling the two wishes mentioned above as soon as possible.

Kontum, June 15, 2022

Fr. Anthony M. Z. Phan Tự Cường, OP, is the Head Representative of the Apostolic Mission for the Diocese of Kontum.
Email: tcuongop@gmail.com
Phone: 09885424488.

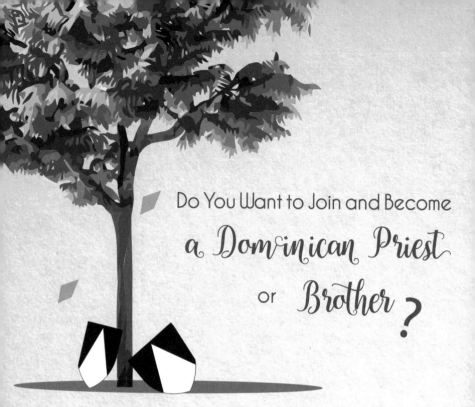

Do You Want to Join and Become a *Dominican Priest* or *Brother* ?

Dear friends,

Through the series of articles, you have just read about the heroic life and death of Father Joseph Trần Ngọc Thanh, OP, did you fall in love with Fr. Thanh's dedication and care for the underserved ethnic people and his zealous missionary life? Maybe God is calling you to become a Dominican Priest or Brother!

Do you want to follow the example of choosing an ideal of life for yourself and embracing the mission of Evangelization of a Dominican such as Father Joseph Thanh? Maybe God is calling you to become a Dominican Priest or Brother!

Eight hundred years ago, St. Dominic founded the Order of Preachers, and religious life cannot be confined to the search for holiness itself but must also be open to others. Therefore, he wanted the Dominicans to be people who are always in tune with the present times, the needs of people who are hungry for the Word of God, and find new ways to evangelize, so that people can encounter the grace of God in their living situation. Maybe God is calling you to become a Dominican Priest or Brother!

Dominican religious life - made up of two elements: contemplation and preaching - is a way of living according to the Gospel and serving the Gospel. Living their vocation to preach, the Dominicans are convinced that only the power of God's Word can convert people, break down the walls of hatred and division, and build a better world. Maybe God is calling you to become a Dominican Priest or Brother!

With a vocation to the Order of Preachers, you are called to discover the power of God's Word through contemplation, and then you let the same Word that you have been contemplating prompt you to set out on a journey to others. We, Dominicans, always await and look forward to your joining the Order of Preachers and the mission of serving the Gospel. Maybe God is calling you to be a Dominican Priest or Brother!

The Dominican Province of Vietnam, with the title "Our Mother Queen of Martyrs in Vietnam," currently (May 2022) has a total of 449 friars: 360 are active in Vietnam, and 89 are in the Vicarial Province of Canada and the US.

The Dominican Friars in Vietnam currently have 14 houses, serving in 25 parishes and several missions. The Vicarial-Province of Canada and the US have one Priory and two Community Houses serving four parishes in the US and Canada.

• If you are in Vietnam or abroad wanting to join consecrated life and serve in Vietnam, please join us and learn more about the Dominican vocation through the website below:

https://thinhviendaminh.net/gioi-thieu-thinh-vien-da-minh/

Please do not hesitate to contact the Vocation Director at

St. Dominic Priory in Tam Hà, Vietnam
Email: thinhviendaminh@gmail.com
Phone: (028) 3897 7962.

• If you do not live in Vietnam, especially if you live in the US or Canada, and want to learn and join the Vietnamese Dominican Friars in the US and Canada, please contact:

Vocation Director:

Fr. Thomas Aquinas Trần Thiên Ân, OP
12314 Old Foltin Rd, Houston, TX 77086, USA
Phone: 713 280 6856, Email: thienanopmelavang@gmail.com

• Learn more about the Vicariate-Province of the Vietnamese Dominican Friars in Calgary-Vancouver-Houston:
https://daminhptvn.org   http://lavangchurch.org/lienlac/
https://www.youtube.com/c/LavangChurchH.

• Learn more about the Dominican Province of Vietnam with the title Our Queen of Martyrs in Vietnam:
http://daminhvn.net
https://www.facebook.com/dongdaminhvietnam/

• Conditions for applying to the Dominican Friars, Province of Vietnam:
- Have the right intention wanting to join religious life,
- Have knowledge and sincerity in the life of the Catholic Faith,
- Be 26 years old or younger,
- Have completed a college or university degree.

Dominican Novice, Hố Nai

QUY HOẠCH TỔNG THỂ
NHÀ THỜ SA LOONG

THE MASTER PLAN
OF SA LOONG CHURCH

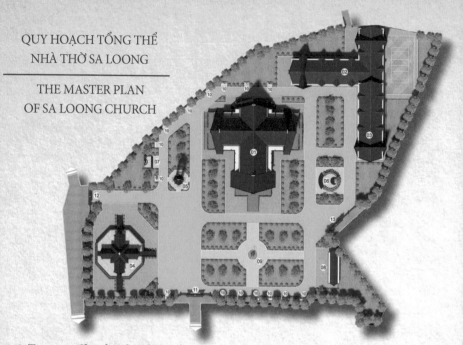

1. *Two story Church/ Nhà Thờ, 2 tầng*
2. *Two story Rectory/ Nhà Xứ, 2 tầng*
3. *Three story Parish Center/ Nhà Mục vụ, 3 tầng*
4. *The Shrine of the Cross/ Đài Thánh giá, 2 tầng*
5. *The Bell Tower/ Tháp chuông*

6. *The Shrine of Mary/ Đài Đức Mẹ*
7. *The Shrine of St. Joseph/ Đài Thánh Giuse*
8. *Guest House + Maintenance/*
Nhà Khách + Bảo vệ
9. *Flag Pole/ Cây Nêu*

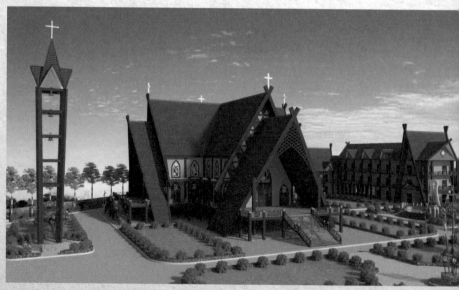

The plan is to build Father Thanh's dream Sa Loong Church in two years October 7, 2023-202

Nếu quý vị nào muốn ủng hộ ngân khoản xây nhà thờ Sa Loong, xin quý vị liên lạc với Cha Phan Tự Cường theo tin tức dưới đây kèm theo tin gửi ngân khoản cho Cha Cường đại diện Dòng Đa Minh:

If you want to contribute funds to build the Church in Sa Loong where Father Thanh, OP, died, please contact Father Phan Tu Cuong according to the information below:

1. Chuyển tiền qua dịch vụ/Sending funds using Agency

Lm. Antôn Phan Tự Cường, OP/Rev. Anton Phan Tu Cuong, OP
(Tu xá Đa Minh/Dominican Priory)
125 Nguyễn Văn Cừ/125 Nguyen Van Cu
Thành Phố/City: Kon Tum, Việt Nam/Vietnam
Phone: 0988542448   Email: tcuongop@gmail.com

2. Chuyển tiền từ nước ngoài về VN/Sending funds via banking system

Tên trên tài khoản/Bank Account's Name:
Name: Phan Tu Cuong (Personal Banking)
Địa chỉ nhà/Home address:
125 Nguyễn Văn Cừ/125 Nguyen Van Cu
Thành Phố/City: Kon Tum- Tỉnh/Province: Kon Tum
Quốc gia/Country: Việt Nam/Vietnam
Phone: 0988542448   Email: tcuongop@gmail.com
Tên nhà băng/Bank's name: Vietcombank
Địa chỉ nhà băng/Bank's address:
01 Phan Đình Phùng/01 Phan Dinh Phung
Thành Phố/City: Kon Tum
Quốc gia/Country: Việt Nam/Vietnam
Swift Code: BFTV VNVX 0761002360015

3. Gửi tiền cho Cha Phan Tự Cường qua ngân hàng ở VN/Sending funds to Rev. Phan Tu Cuong in Vietnam via banking

Tên trong tài khoản nhà băng/Bank account's name:
Phan Tự Cường/Phan Tu Cuong
Tên nhà băng/Bank's Name: Vietcombank
ở thành phố/City: Kon Tum
Số tài khoản nhà băng/bank account number: 0761002360015

***Liên lạc với Tỉnh dòng Đaminh/General contact information with the Dominican Friars in the Province of Vietnam:
Address: 229 Vo Thi Sau, P. Vo Thi Sau, Q. 3, Ho Chi Minh City, Vietnam
Tel: +84 028 3932 1881   Email: vietdominicans@gmail.com
http://daminhvn.net   https://www.facebook.com/dongdaminhvietnam

Editorial Board

Rev. Joseph Nguyễn Cao Luật, OP
Rev. Anthony M. Z. Phan Tự Cường, OP
The Dominican Province of Our Queen of Martyrs in Vietnam

Sr. Mary-Han Nguyen, OP
Dominican Sisters of Mission San Jose
www.msjdominicans.org

Translator

Sr. Cecilia Thuy Thanh Nguyen, CCSS
Com Charity and Social Service
tdbacaichuakitotoito.org

English Proofreader

Sr. RoseMarie Redding, CSJ
Sisters of St. Joseph of Orange
https://csjorange.org

Design and Layout

Br. Vincent Phùng Tuấn Anh, OP
The Dominican Province of Our Queen of Martyrs in Vietnam

The Dominican Province in Vietnam

229 Vo Thi Sau, P. Vo Thi Sau, Q. 3, Hochiminh City, Vietnam
Tel: +84 028 3932 1881
Email: vietdominicans@gmail.com
http://daminhvn.net
https://www.facebook.com/dongdaminhvietnam